தூவலின் தூறல்

முனைவர்

ஜெ.பிரேமா பார்வதி

aelay
publish

தூவலின் தூறல்
கவிதை
ஆசிரியர் : முனைவர். ஜெ. பிரேமா பார்வதி ©
முதல் பதிப்பு : ஜூன் 2022
வெளியீடு : ஏலே பதிப்பகம்
5/175, பாத்திமா நகர், கூத்தென்குழி,
திருநெல்வேலி - 627104
தொடர்புக்கு : +91 9944992571

Thoovalin thooral
Poetry
by Dr.J. Prema Parvathi ©
First Edition : June 2022
Pages: 156 Price : ₹ 210
ISBN : 978-93-5533-602-6
Aelay Publish
Contact : +91 9944992571
Designed by : Aelay publish team

10/08/2022.

நூலவர். ஜெ. பிரேமா பார்வதி.

தூவலின் தூறல்

(1.)

கவிஞர். இரா. உமாபாரதி
மகாகவி பாரதி தங்கையின்
கொள்ளுப்பேத்தி

வாழ்த்துரை

அலங்காரங்களுக்கெல்லாம் தாயான உவமையைக் கையாளுவதில் கவிஞர். பிரேமா பார்வதி அவர்கள் பண்டைப் பாவலர் பலர்க்கும் இளையாதவர். இவரின் உவமைகள், இயற்கையினின்று இவர் வாக்கைத் தேடி வந்தடையும். கருத்துக்குப் பொருந்தும் உவமையோடு, கேட்போர் மனத்தில் பதிந்து மறையாது உறையும் செவ்வி உடையவாம். தினசரி வாழ்க்கையின் ஒவ்வொரு அம்சத்திலும் ஈடுபடும் மனம், மனித இனம் முழுவதையும் அணைக்கின்ற எல்லையற்ற பரிவு இவை கவிஞரிடம் பூரணமாக இருக்கின்றன. நாட்டுப் பற்று இல்லாத தேசமும் ஒரு தேசமா என முழங்குகிறார்.

"கொஞ்சமாவது நாட்டுப்பற்று வையுங்கள் என்றால்
கொஞ்சம் நாட்டைப் பற்ற வைக்கிறார்கள் சிலர்"

என்று சமூகத்தை சாடுகிறார்.

காலத்திற்கு ஏற்ற நல்ல கருத்துக்களை அழகுற உணர்த்துவதும் கவிஞருடைய கடமை ஆகும். மனித உள்ளத்தின் மட்டற்ற உணர்ச்சிகளின்

சித்திரமான கவிதையை நடைமுறையில் மனிதர் அறியாத ஏட்டு நடையொன்றில் இயற்கைக்கு விரோதமாகவும், கற்பனையின்றியும் புனையாமல் உருவத்திலும், நடையிலும், கருத்திலும், புதுமையும் தெளிவும் உருக்கமும் பெற்ற கவிதைகளாய் படைத்திருக்கிறார் கவிஞர். முனைவர். பிரேமா பார்வதி அவர்கள். 'எம் மொழியின் நிழல்' என்னும் கவிதையில்

'தமிழ் கவி பாடுவதில் ஒட்டடை அண்டாது
தமிழ் ஓடுகின்ற ரத்தத்தில் பாசி படராது'

என்று புதுமையாய் சிந்தித்திருக்கிறார். இக்காலத்திற்குத் தேவையான 'முத்தான மூன்று தானம்' என்று உதிர தானம் 'உடல் தானம்', கண் தானம் என்று விழிப்புணர்வு ஊட்டுகிறார். சாதிக் கொடுமையைச் சாடுகிறார் கவிஞர்,

'பாரதத் தாயின் சேலை
சாதித் தீ பற்றி எரிய வேண்டாம்'

என்று சொல்வதில் அவரது நியாயமான சீற்றம் தெரிகிறது. பாரதி கல்லூரி மாணவனாய் இருந்தால் எப்படி 'வீழ்வேன் என்று நினைத்தாயோ!' என்றோ ஒரு தேர்வின் முடிவுக்காய் பதறும் பதறாய்..... எனும்போது இவரது கற்பனைத்திறன் வெளிப்படுகிறது.

மகாகவியை மகிமைப்படுத்தும் மறைந்தும் மறையா மகாகவி...

"அச்சு வேணென்று நினைத்தாயோ என
அடியனை அளம்பினாய்
பாஞ்சாலி சபதத்திலோ
அடிதனையை அரும்பினாய்"

என்பவை வைர வரிகள்.

எனவே, கவிஞனாகப் பிறந்தவனுக்கு அவன் அறிவுக் கண்கொண்டு, கண்டதும் கேட்டதும் எல்லாமே ஒன்று கலந்து ஒன்றாகி, கலைவடிவ மெடுத்து வெளிவருகையில் ரசிகன் உள்ளம் பெறும் இன்பந்தான் என்னே! ரசிகனால் அல்லவா கவிஞனின் முழுத்திறனும் உலகுக்கு வெளியாகிறது! வெளியாகும் பொழுது கவிஞனும் ரசிகனும் ஒருவனை ஒருவன் எவ்வளவு எதிர்பார்த்து நிற்கிறார்கள் என்ற உண்மையும் புலப்படுகிறது. அனைத்து கவிதைகளுமே இதயத்திலிருந்து ஆவலும் உணர்ச்சி வேகமும் பொங்கி ஆகச் சிறந்த கவிஞன் படைத்து 'தூவலின் தூறல்' படைத்த முனைவர். ஜெய பிரேமா பார்வதி அவர்களுக்கு வாழ்த்துக்களும் பாராட்டுக்களும், அவர்களது தமிழ்ப்பணி தொடரட்டும் என்று எல்லாம் வல்ல இறையையும் பாரதியையும் வேண்டி வாழ்த்துகிறேன்.

வாழ்த்துரை

எல்லாம் வல்ல எங்கும் நிறைந்த அருட்பெரும் ஜோதி வடிவான ஈசன் அருளால் மக்கள் அனைவரும் நீள் ஆயுள் உடல்நலம் நிறை செல்வம் உயர் புகழ் மெய்ஞ்ஞானம் ஓங்கா வாழ்க என வாழ்த்தி மகிழ்கின்றேன் என் ஆருயிர் தோழி திருமதி பிரேமா பார்வதி தமிழின் மீது உள்ள காதலால் இக்கவிதை தொகுப்பு **"தூவலின் தூறல்"** நாம் அனைவரும் சுவைக்க நூல்வடிவில் கொடுத்துள்ளார் .அவரை என் நண்பியாக பெற்றது என் மனதிற்கு மட்டற்ற மகிழ்ச்சி தருகிறது .நான் விரும்பும் தமிழ் கவி பாரதியின் சொற்களும் என் மானசீக தலைவர் ஐயா காமராசரை பற்றியும் தொகுப்பில் முத்துச் சரங்கள் கோர்த்துள்ளார் நம் ஒவ்வொருவரும் நம் வாழ்வில் நல்லொழுக்கம் நற்சிந்தனை நல்லிணக்கம் நல்ல மனிதநேயம் நல்மனம் இவற்றை கடைபிடிக்க ஒரு முத்தாய்ப்பு

வைத்துள்ளார் இவர் மேலோட்டமாக படிக்கும் போது புரியாது திரும்பத் திரும்ப படிக்கவைத்து அவை எளிதாக புரிந்து கொள்ளும்படி தூவலின் தூறல் கொடுத்துள்ளார் இந்த வானம் பிரேமா பார்வதி நமக்களித்த மழை மேகத் தூறல் இந்த தூவலின்தூறல் தூறல் எனலாம் மழையானது மக்கள் அனைத்து உயிர்களுக்கும் உயிரானது அதுபோல அவர் மனமென்னும் கருவூலத்தில் சுவைக்காக கொஞ்சம் எடுத்து நம் அனைவரும் சுவைக்க என் தோழி பிரேமா முயன்றுள்ளார் அவரின் ஆசை நிறைவேறட்டும் நாம் அவற்றை ச்சுவைத்து இன்புறுவோம் தமிழன்னை சூடு மணிமகுடத்தில் ஒவ்வொரு கவிதையும் ஒவ்வொரு வைரக்கறகள் ஆக பதித்து பொதித்து வைக்கப்பட்டுள்ளது அவற்றை அவற்றை தமிழ் அன்னைக்குச் சூட்டி அழகு பார்ப்போம் பிரேமா நீங்கள் இன்னும் பல கவிதைகளை படைத்து தமிழ்மொழிக்கும் இலக்கிய உலகிற்கும் பெருமை சேர்க்க வேண்டும் மக்கள் அதனால் பயனுற வேண்டும் என நாங்கள் மனதார வாழ்த்துகின்றோம்

அன்புடன்

திருமதி . பாவை திருநாவுக்கரசு

இ . 14 அணுவிஜய்

நகர் கூடங்குளம்

(8754776149)

அணிந்துரை

ஏடுகளில் எரித்தாலும் இதயத்தில் நிற்க வல்லது கவிதை ஒட்டுமொத்த கற்பனையும் அடுக்கிகட்டிய மலர்ச்செண்டு கவிதை கொண்ட குறிக்கோளை க்கூட்டாக சொல்லிவைத்த கோவையை கவிதை

தூவலின் தூறல் இதமான ஒரு சுகம் தந்தது .கவிஞர் திருமதி.பிரேமா பார்வதி ஒரு நல்ல பன்முகத் திறமையாளர் சிறந்த பண்பாளர் அடிப்படைத் தொடக்கக் கல்வியை எங்களது பள்ளியில் முடித்தவர் எங்களது பள்ளி நல்ல இயற்கை சூழலில் அமைந்த தொடக்கப்பள்ளி. எங்கள் பள்ளியின் மாணவி திருமதி.பிரேமா பார்வதி என்பதில் பெருமை கொள்கிறோம் இங்கு படிக்கிற காலத்திலேயே விளையும் பயிர் முளையிலேயே தெரியும் என்பது போல் விவேகானந்தா கேந்திரா பண்பாட்டு

ப்போட்டிகளில் சிறப்பாக கவிதை கட்டுரை பேச்சு இசை இவற்றில் சிறந்து விளங்குவார்.அருமையான ஒரு படைப்பினை இலக்கிய உலகிற்கு கொடுத்துள்ளார் .எங்கள் பள்ளியின் மாணவர்கள் பேராசிரியர்களாக மருத்துவராக அரசு அதிகாரிகளாக காவல் துறைஅதிகாரிகளாக முன்னோடிகளாக திகழ்கிறார்கள் அந்த அடிப்படையில் சிறந்த மாணவி சிறந்தசாதனையாளர் சிறந்த ஒரு ஆசிரியர் பிரேமா பார்வதி அவர்கள் மென்மேலும் பல படைப்புகளை இலக்கிய உலகிற்கும் இளையதலைமுறை களுக்கும் படைத்துக் கொடுக்க வேண்டும். அதற்கு இறைவனின் அருளும்எங்களின் ஆசீர்வாதமும் எப்போதும் உண்டு

வாழ்க வளமுடன்

திருமதி.கலாதேவி ஜெயபிரகாஷ் மணி
நிர்வாகி
இ.ம.து பள்ளி துரைச்சாமிபுரம்
9952524616

என்னுரை

ஒவ்வொருமுறை சிந்திக்கும் போதெல்லாம் தீந்தமிழ் வார்த்தை கொண்டு வர்ணிக்கத் துவங்கிடுவாள். இவள் சிந்தும் துளி களுக்காய் கவிதை காகிதங்கள் கர்ப்பம் தரிக்கும் கணக்கிலடங்கா வார்த்தைகளை கவிதையாக்கியவள் இவள். வார்த்தை தேடி அமர்ந்திருப்பேன் ஓடி வந்து சொருகிக் கொள்வாள் ! என் கைகளில் இவள் கிடைத்ததாலேயே கவிதாகினியாகி நிற்கின்றேன் எனக்குள் ஒளிந்திருக்கும் சிற்பத்தின் உளி இவள் உணர்வுகளை வெளிக்காட்டும் உள்மனதின் பிணைவு இவள். மை தீர தீர மாய்ந்து போவாள் காகிதத்தில் தன்னைக் கரைத்துக்கொள்வாள் எப்போதும் இவள் எடுப்பார் கைப்பிள்ளை அல்ல பிடிப்பார் படைப்பாளி. அவளில் கரைந்து அவளைத் தலைப்பாக்கி தொகுத்துத் தருகின்றேன் தூவலின் தூரலில் நனைந்து அனுபவத்தை உணர்வுகளாய் அள்ளித் தாருங்கள் தூவலின் பிடியில்

என்றும் இவள்
ஜெ.பிரேமா பார்வதி

நன்றிகள்

முதல் நூலை முத்தாக அமைந்திட உதவிய எல்லாம் வல்லஇறைவனுக்கும் தாய் தந்தைக்கும் ; பக்கத்துணையாய் உறுதுணையாய் நிற்கும் துணைவருக்கும் அன்பு சகோதரருக்கும் எனதருமை குழந்தைகளுக்கும் ஊக்கமும் ஆக்கமும் தரும் அருமை உறவுகளுக்கும் நட்புகளுக்கும் கவிதை நூலுக்கு அணிந்துரை வழங்கி அழகு பார்க்கும் எங்கள் சீர்மிகு பள்ளி தாளாளர் அவர்களுக்கும் ; ஒட்டுமொத்த நூலையும் முழுதாய் பருகிவிட்டு செழுமையுற நெறிப்படுத்தி மேலான பாராட்டுகள் வழங்கி பெருமை சேர்த்த முண்டாசு பாரதியின் வாரிசு அன்பு அம்மா திருமதி.உமாபாரதி அவர்களுக்கும். கூடங்குளம் மத்திய அணுவாற்றல் மையத்தின் உயர்திட்ட அதிகாரி திரு திருநாவுக்கரசு அவர்களின் துணைவியார் சிறந்த தமிழ் பற்றாளர் நல்லதொரு கவிஞர் அன்பான திருமதிபாவை திருநாவுக்கரசு அவர்களுக்கும் நன்றிகளை உரித்தாக்குகிறேன் . எனது எண்ணங்களை தன் கைவண்ணத்தில் வண்ணங்களாக வெளிப்படுத்தி கண்ணையும் கருத்தையும் கவரும் வண்ணம் நூல ட்டை வடிவமைத்த தோழர் சாந்தி முரளிதரன் அவர்களுக்கும் அழகுற அச்சிட்டு வழங்கிய நெல்லை " ஏலே பதிப்பகம் " அச்சகத்தாருக்கும் உவகையோடு நன்றியினை பதிவு செய்கிறேன் . மேலும் எனது வளர்ச்சியில் பங்கு கொண்ட இலக்கியத்துறை சார்ந்த ஒவ்வோர் ஆளுமைகளுக்கும் அனைவருக்கும் நன்றிகள் உரித்தாகுக ! என்றும் தூவலின் பிடியில் * இவள் *

சிவ மயம்

அருள்வாய் என் ஈசா!
வருவாய் உயிர் நேசா !....
கருவாய் நிறைவாய் !
உயிராய்வளர்வாய்!
கதியாய் இணைவாய்!
விதியாய் உறைவாய்!
உருவாய் தொடர்வாய்!
ஐவாய் உய்வாய்!
தருவாய் புகழ்வாய்!
இணையாய் தெரிவாய்!
துணையாய் வருவாய்!..........
வினையே களைவாய்!
நயனில் வாழ்வாய்!
அன்பே துறவாய்!
அறமே உமை வாசா!......
நெஞ்சம் மகிழ்வாய்!
பகையினில் ஒழிவாய்!
அகமே தெளிவாய் !
பரமே சிவமே பார்வதி தவமே!...........
அருள்வாய் என்ஈசா!
வருவாய் உயிர் நேசா!....

வருவாயே தமிழ்த் தாயே

பூவோடு மனமாக மகிழ்வோடு வருவாள்
நினைவோடு உறவாடி மகிழ்ந்தாடும் உறவாய்
மனதார மகிழ்வோடு மலர்ந்தாலும் இனிதாய்
மனதெல்லாம் நிறைவோடு மகிழ்வாகும்
தாயே
முழுதாக என் மனதில் நீங்காது வாழ்வாய்
பெரும்பாரம் துன்பங்கள் நேராது காப்பாய்
உணர்வாகி நிறைந்திட் ட பூஞ்சோலை நீயே
தமிழாக அமுதாக தழைத்தோடி வருவாய்
தமிழ் வேதம் வடிவாகத் துடிப்பாக எழுவாய்
தமிழோசை வழியாகி அவணியை ஆள்வாய்
தரணியில் தமிழே தான் தன்னிறைவு பெறுவாய்
தேன்தமிழின் திறனாலேதமிழோடு நானும்
தேன் நிலவில் சுகமே தான் தெவிட்டாமல்
கூடி திங்களோடு பிறந்திங்கு
தென்றலோடு நடந்து தென்பொதிகை
விற்பணங்கு சந்தனத்தில் தோய்ந்து
எந்தையும் தாயும் மகிழ்ந்து குலாவி
சிந்தை இனித்திட சிறந்தாயே!
எந்தன் நா ஆசைக்கும் நற்றமிழ் நங்காயே நீ
வாழி!
இமயத்தை கொண்டவளே ;இணையத்தை
வென்றவளே!
என் தமிழே என் மொழியே ! என் நிழலே! நீ
வாழி!

நூறாண்டாய் பாவாண்ட பாரதி !!!

பாரதி பாக்களின் ரதி பார்போற்றும் பவி! !!!
பாக்குள் தீமூட்டும் கவி பண்ணால் பார் வென்ற பதி!!!
பாட்டுக்கொரு புலவன் நீ!
பாக்கள் வந்து பாடத் துடிக்கும் அனல் தீ! நீ!
பாக்களால் பகுத்தறிவு தந்தபகலவன் நீ !!
அன்பின் வான்மதி நீ அருந்தமிழில் சாரதி நீ! !!
நாட்டை மீட்க ;பாட்டை எடுத்த மறத்தமிழன் நீ!!
பாட்டை வேட்டாய் போட்டு பரங்கியரை
மிரட்டியவன் நீ!!!
உன் கருப்பு சட்டையோ மூட ருக்கு
ஆதிக்கச் சாட்டை !
உன் கனல் வரிகள் அனல் விழிகள் புது மரபுத் தமிழின்
ஆண்மை அடையாளங்கள்! !!
உன் எண்ணங்களும் எழுத்துக்களும் யுகம்
கடந்த தலைமுறை பெட்டகங்கள் !!!
வடக்கிற்கும் தெற்கிற்கும் உந்தன் பாக்கலே
எங்கள் முத்திரை மோதிரங்கள்! !!
சிட்டுக் குருவிக்கும் சிற்றுண்டி கொடுத்தவனே உண்டி
சுருங்கினும் உயிர்க்க விதை விதைத்தவனே!!
தமிழ் பசிக்கு முத்தமிழால் விருந்து வைத்த
பாவலனே!!
நூறாண்டாய் பாவாண்ட தமிழ் வித்தகனே !!!
பாக்களை நேசித்து;தேசியம் வாசித்து
வறுமையை யாசித்து மானுடம் பூசித்த வனே! !
எங்கள் பாரதியே முண்டாசுவெடியே!!
நெல்லை பெற்றெடுத்த நல்முத்தே தமிழகத்தின்
தலையெழுத்தை மாற்றி வைத்த சொத்தே!!

தொலைநோக்கு உற்றவன் நீ பன்மொழி வித்தகன் நீ!!
நீ இல்லாது கவி யுகம் ஏது?
உன் பாதிப்பு இல்லாத கவிஉலகம் ஏது ?
பாக்களும் காதலித்த பாரதி என்னும் விசித்திரனே!!
செந்தமிழ் உலகம் பெற்ற சரித்திர னே!!
ஆயிரம் குரல்கள் அழைக்கிறது உன்னை!!
வாரி அணைத்திட்டால் பூமிஅன்னை!!
விட்டு விடுதலையாகி தமிழுக்காய் மீண்டும்
வருவாயா !!!
பா கொண்டு தருவாயா!!!!!!!

(பொதிகை தமிழ்ச்சங்கம் மற்றும் அரசு அருங்காட்சியகம் நடத்திய கவிதைப் போட்டியில் "பாரதிபைந்தமிழ்ச்சுடர் " விருது பெற்ற கவிதை.)

வள்ளுவம் காட்டும் வாழ்வியல்

குமரியிலே குறுத்தாகி
பொதிகையிலே குழந்தையாகி
மதுரையிலே மடந்தையாகி
மூவேந்தர் மடியில் தவழ்ந்து முச்சங்க
தொட்டிலில் கிடந்து பாவலர் நெஞ்சினிலே வளர்ந்து
காலத்தால் மூத்து
கருத்தால் முதிர்ந்து ஞானமாய் சுரந்து
போராடி வேரோடி விரிந்த என் தமிழே தாயே
உன்னை வாழ்த்தி வணங்குகிறோம்
அருந்தமிழ் மொழியினிலே ஆக்கப்பட்ட ஏடு!
அவனியிலே ஆங்கு அதற்கு உண்டோ ஈடு !
வாழ்வு நெறி காட்டும் இரண்டடி வெண்பா!
நம் வழி அது ஆனால் வென்றிடலாம் தெம்பா
அறத்தின் வேரை எழுத்தாணி யில் விதைத்தார்
தலைமுறை தலைமுறைக்கும் புதிதாய் இனித்தார்
முப்பாலில் முழு உலகை விழுங்கி விட்ட புலமை
இன்றைய இளசுக்கும் கைகுலுக்கும் திறமை
தீர்க்கமான திறமை
குறு மொழியை குடித்திட்டால் அகிலமே விளங்கும்
அதிகாரம் அறிந்திட்டால் அத்தனையும் துலங்கும்
அரசியல் படித்தால் சாணக்கியன் ஆகிடலாம்
அறவழிநடந்து ஆண்டவனாய் ஏகிடலாம்
இல்லறம் பேணி நல்லறம் செய்திடலாம்
உயிர் உழவும் கற்று உண்டி தந்திட லாம்
பாற்கடலை கடைந்திட்டால் அமுதம் தான் உண்டு
திருக்குறளில் அமிழ்ந்திட்டால்
விருந்துண்டு மருந்துண்டு மட்டற்ற நட்பு உண்டு
மாசற்ற கல்வி உண்டு
மங்காத திரவியம் உண்டு

மகத்தான மதம் உண்டு கலை உண்டு காதல் உண்டு
கபடமற்ற உறவும் உண்டு
களவும் கற்று மற ப்பது உண்டு
கண்ணியமான காமமும் இங்குண்டு
நம்மை நாம் உணர போகமும் உண்டு
இறைஞானம் காண யோகமும் உண்டு
பிள்ளை வளர்ப்பு முறை தொல்லை தீரும் முறை
இன்பம் துய்க்கும் முறை புகழை ஏற்கும் முறை
இகழைக் கடக்கும்முறை
மரமோ பறவை இனமோ
செடியோ நீராம்பல்கொடியோ
எல்லா துறை சொன்னார் ஏற்றம் பெற மறை
சொன்னார்
மண்ணாளும் வேந்தனுக்கு அமைச்சராய்
நின்றிடுவார்
மண் மாறா மைந்தனுக்கு
மித்திரனாய் துணையிருப்பார்
மலைத் தேனும் நாவினிலே சில நொடியே
இனிக்கும்
மாக்குறளை படித்திட்டால் ஐம்புலனும் சிலிர்க்கும்
உள்ளார்ந்த ஒழுக்கத்தால் வந்திடுமே பணிவு
உயர்வாக நம்மை சொல்லிடுவார் உள்ளத்தனையது
உயர்வு
செம்மொழியாய் நம் மொழியை செப்புகின்றோம்
இன்று
காரணமாய் அமைந்ததிலே திருக்குறளும் ஒன்று
எக்காலம் ஆனாலும் பொருந்துகின்ற உண்மை
எல்லா உயிர்களும் ஏற்கின்ற வகைமை
கடல் கோல் வந்தாலும் அழியாத திண்மை
வாழ்வான திருக்குறளை வரமான திருக்குறளை
ஓதி பின்மாய்வோம்
குறளாய் நின்று வாழ்வோம்! !!

ஏளன சிற்பிகள்

உன்னைக் கண்டு ஊர் பேசும் ஏளனங்களை
ஏற்றுக்கொள்
உன் தகுதியை செதுக்கும் தங்க உளிகள் அவை !
உன் உள் உணர்வுகளை இலவசமாக சாணை
பிடிக்கும்
அந்த மறைமுக ஆதரவை மறுதலித்து விடாதே!
உன் கந்தலை விமர்சிப்பவர்கள் உனக்கு பட்டாடை
நெய்ய கற்றுத் தருகிறார்கள் என்று அர்த்தம் !
உன் காயங்களை ரணமாக்கும் அவர்கள்
உன்னை வீரனாக்க விரும்புகிறார்கள் என்று
அர்த்தம்!!
உன்னை முட்டாளாக்க முனையும் கூட்டம்
உன் அறிவுத்திறனுக்கு நுழைவுத் தேர்வு
நடத்துவதாக அர்த்தம்!
உன் தேய்ந்த செருப்பை எள்ளி நகைப் போர்
உனக்கு சிறகுகள் முளைக்க வரம் தருகிறார்கள்
என்று அர்த்தம்!
உன் அபூர்வ த்தை அகிலம் முழுவதும் அறிமுகம்
செய்து வை!
நீ இதுவரை சிந்திய ரத்தம் சேதாரம் அன்று!
உன் அர்த்தமுள்ள வாழ்க்கைக்கு அடித்தளமிடும்
ஆதாரம்!
பிறகு பார் உன் மீது கல்லெறிந்தவர்கள் எல்லாம்
கையில் பூச்செண்டுடன் வருவார்கள்
உனக்கு புகழாரம் சூட்ட! !
வாழ்த்துக்கள்!!!!

மனிதம்

மனிதம் விதைச்சாச்சு மகத்துவம் கிடைச்சாச்சு !
உயர்வு என்றும் தாழ்வு என்றும் கீழ்நிலை மறந்தாச்சு!
இயற்கை சீற்றம் வந்தால் மனிதம் தான் கொடை ஆச்சு!
வெள்ளப் பெருக்கெடுத்து சாதி குப்பை அகன்றாச்சு!
ஓட்டு வீடும் ஓலைவீடும்
மச்சுவீடும் மாளிகை வீடும் மழைநீரில் ஒன்றாச்சு!
கோவக்கார புயல் வந்து புத்தி புகட்டி போயாச்சு!
கண்ட வெள்ளத்தில் கயவர் மனம் கனிவாச்சு!
சாதிக் கொள்கையனும் வீதி வந்து சேர்ந்தாச்சு !
கொண்ட சாதி எல்லாம் பசித்த வயிற்றில் செரிச்சாச்சு!
ஆடம்பரம் ஆள்பலம் ஆணவங்கள் தரிசாச்சு !
வீதிதோறும் வீடுதோறும் மனிதம் முளைச்சாச்சு!
ஆழிப்பேரலையில் அனைத்துமே மாறியாச்சு
தடம் மாறாமல் தைரியமாய் கை கோர்த்தாச்சு!
விழிகளில் வழிந்தோடும் கண்ணீரை துடைத்தது
கரங்கள் மட்டுமல்ல மனங்கள்!
நோயின் கோர தாண்டவத்தில் நிறமில்லை
மதமில்லை ஏற்றத்தாழ்வில்லை
எந்த பிணக்குமில்லை
பசி வந்தது பத்தும் பறந்தது. வறுமை வந்தது
பாகப்பிரிவினைகள் தொலைந்தது!
நாம் இறப்பதற்காய் பிறக்கவில்லை !
இரக்கத்தில் பிறந்திருக்கிறோம்!
இரக்கம் காட்ட பிறந்திருக்கிறோம்!
எத்தனை அலை வந்தாலும் மொத்த மனிதனை
கொன்றாலும்
அடுத்தவர் வலிகளை அகத்தில் உணர்ந்தால்
மனிதன் அழியலாம் மனிதம் அழிவதில்லை !!!!

தெய்வத்தின் இருப்பிடம்

உலகிற்கே உணவிட்ட உழவனின் பசியிலும் ....
பசிப்பிணி காய் வாடிடும் மழலையின்
அழுகையிலும்.......
சூழ்நிலை கைதி யாகும் தந்தையின் பரிதவிப்பிலும்......
குழந்தைகளின் நலனுக்காக வாடிடும் தாயின்
அலறலும்.......
உண்ண உணவுக்காய் உடுத்த உடை க்காய்
உறங்க வழியின்றி தவிக்கும் சாமானியன்
உள்ளத்திலும்.......
அறிவிருந்தும் திறன் இருந்தும் வாய்ப்பு இழக்கும்
பட்டதாரியின் வலியிலும் ....
கையூட்டால் கலங்கி கிடக்கும் பாட்டாளியின்
குமுறலிலும்.......
தொப்புள்கொடி அறுந்து தாய்நாடு இழந்து
கலங்கும் அகதியின் கண்ணீரிலும் ....
ஆதாரம் இல்லாமல் அடிவேர் இல்லாமல்குடும்பத்தை
தாங்கும் ஒவ்வொரு இளைஞனின்
நெஞ்சுரத்திலும்...........
மனைவி விட்டு மக்கள் விட்டு அந்நிய தேசத்தில்
உருகும் ஒவ்வொரு மெழுகு த்துளிகளிலும்................
இறைவன் இருக்கிறான் ..
மெய்மை உணர்ந்து
மனிதம் விதைப்போம்!
மானுடம் காப்போம் !பசிப்பிணி ஒழிப்போம்!
தெய்வத்தை மெய்கண்ணில் தரிசிப்போம் !!!!

செண்பக வனச்சீமை

இயற்கை அழகு கொஞ்சும்
இமயத்தின் சிறு வடிவாய்
இம்மை மறுமைக்கும்
முத்திதரும் பெட்டகமாய்
இவ்விலக்கிய மேடையிலே
இன் மொழியால்நயனொடு
இயம்பு கின்றேன் என்பதியை !!!
திருநெல்வேலி சீமையிலே
தென்காசி பட்டிணத்தில்
முப்புறமும் சிகரமாய்
திரிகூடமலை நின்று
குதூகலமாய் பிறந்த பதி
எம் குற்றாலபதி!!!!
அகத்தியருக்கு அருள் தரவே
கைலாச வாசனும்
குற்றமற்று மானுடம் வாழ
குன்றாய் பிறந்ததே
திருநகர குற்றாலபதி!!!!!
அகலமாய் வாய் திறந்து
அகண்டு அங்கு கை ப்பரப்பி
ஆர்ப்பரித்து ஆடுவதே
தேவக்கூடபுரம் என்னும்
தென்காசி குற்றாலபதி!!!!
சீர்மல்கும் சிற்றாறு
மணி முடியாய் மணிமுத்தாறு
பச்சைப் பரப்பும் பச்சையாறு
தவழ்ந்து ஓடும் தாமிரபரணி
ஈன்றெடுத்த குற்றாலபதி!!!!!

தென்மேற்கு பருவம் வரின்
மலர் காணும் வண்டாய்
சிறகடித்து சாடி வரும்
தூரல் தரும்
சாரல் தவழ் குற்றால பதி.!!!
ஒய்யார ப்பாதையிலே
ஓய்வு ஏதுமில்லாமல்
ஒன்பது பிரிவுகளாய்
ஓசை க்கொட்டும் அருவிகளாய்
இசை முழங்கும் குற்றாலபதி!!!!!
பேரருவி என்றாலே
பிரமிக்கும் பெரிய விழி
பொங்குமாங்கடலினின்று
பொங்கிவரும் பால் கண்டு
சித்தம் தெளிந்து விடும்
நித்தம் தேடல் தரும் !!!
தத்தித் தாவிடும்
மந்திகள் மயங்கிடும்
தீந்தேன் விழுந்திடும்
தேன்கூடுகள் பாறையில் தூக்கிடும் !!!
தேனும் அருவியுமாய்
இனம் அறியாது உமிழ்ந்திடும்
தேனருவி குற்றாலபதி!!!!!
அகலம் சிறியதுதான்
ஆழம் கடலினும் பெரியது காண்!
அண்டிவரும் அருவியை
அகமேற்றி
சிதறாது சிந்திடும்
சிற்றருவி குற்றாலபதி!!!!

மகரந்த துவாரத்தில்
செண்பகமரத் தோட்டத்தில்
மந்தார மணமயக்கும்
மயங்கியோர் ஆவி பறிக்கும்
சாகச அருவி இது
மருந்து நீர் பொழிவது
செண்பகாதேவி குற்றாலபதி!!!!
ஐந்தாகப் பிரிந்தாலும்
அளவும் குறையாது
அழகும் மங்காது
அஃறிணைகள் தாகம் தீர்
ஐந்தருவி குற்றாலம் பதி
ஆங்கரு கே புலியருவி குற்றாலபதி!!!
பால் சுரக்கும்
பாலருவி பாய்ந்தோடும்
பாலறுவி குற்றாலபதி!!!!!
மூலிகை ஔடதத்தை
தன்னோடு தான் கலந்து
மூச்சிரைக்க ஓடி வந்து
மலையேறி கவிழ்ந்து
சித்தம் தெளிய
பித்தம் விலக
முக்தியடைய
முக்கண்ணன் கொடுத்த
நீர் அமுதம் குற்றாலபதி!!!
ஆண்டில் சில திங்கள்
அற்புதமாய்க் கொட்டிடும்
அழகாய் ஓடியது
கடலோடு கூடிடும் !!

கற்றோருக்கு தமிழ் போல !
கவிதைக்கு நயம் போல !
குற்றால அருவியிலே க்
குளிப்பாருக்கு தீங்கில்லை
பெற்றேனேபெரும்பேறு
என்பதியாம் குற்றாலம்
சான்றோரும் வந்திடுங்கள்
என்பதியில் நெகிழ்ந்திடுங்கள் !!!!

காற்றோடு போன சொற்கள்

நலம் நலம் அறிய .ஆவல்..........
எழுதிய கடிதம்!

மூவிரண்டு ஆறு ....
நாலிரேண்டேட்டே.......
அரசுப்பள்ளியில் ஒலித்த
வாய்ப்பாட்டு பாடல் !!!!
ஒரு குடம் தண்ணி எடுத்து .....
தெருவில் ஒலித்த சிறுமியின் கூவல்!
ஓரம்போ ஓரம்போ .....
தெருவை க்கிழித்த நுங்கு
வண்டி ஓசை !
எத்தனை குட்டி போட்டது
மயில் இறகுகள் குட்டிக்காய்
காத்திருந்த புத்தகம்!
ஒளியும் ஒளியும்
தமிழ் நிகழ்ச்சிக்காய்
காத்திருந்த அழகான நாட்கள்....!
மனதோடு இனிக்கும்
வானொலியின் கானங்கள் !!
பத்து ரூபாய் செலவில்
ஊர் சுவற்றில்
நட்புடன் விருந்து !
விலையில்லா தண்ணீர் !
சுவாசிக்கக் காற்று !
சாயம் போகாத மனிதநேயம்!

மிதிவண்டி பயணத்தில் சொகுசு வாழ்க்கை !
பாம் ... பாம் ....
சாலையில்
எப்போதாவது கேட்கும் பேருந்தின் ஒலி!
ஒதுங்கியே கிடந்த சாராயக்கடைகள்!!!!
பாவாடை தாவணி சுமந்த
பருவ கவிதைகள் !!!!!
இன்னும் ... இன்னும்
இன்னும்....
காற்றோடு போன சொற்கள்
மண்மீது உலவிய
விண்ணுலக தேவபாசைகள்.......

கனவு காணுங்கள்

கனவு காணுங்கள் !
கனவே தொழிலாய்
இருந்து விடாதீர் /
நேற்றைய கனவில்
நாளைய கற்பனையில்
இன்றைய வாழ்க்கையை
சூழியம் ஆக்காதீர் /
முயன்ற கனவுகள்தான்
முடிக்கும் /
பூமி அகலமானது தான்/
பயணித்தால்
பரப்பளவு கணக்கு /
உன் கண் பார்வையில் /
இமயம் உயரமானது தான்
ஏறி முடித்த பின்
உச்சி உன் காலடியில் /
முடியாது இது முட்டாள்தனம் /
என்னால் மட்டுமே முடியும் இது மூர்க்கத்தனம் /
என்னால் முடியும்இதுவே நிதர்சனம் /
உள்ளமும் உடலும்
ஒத்துழைக்கின்ற போது
உலகமே உன் விரல் நுனியில் /
கனவு காணுங்கள் கனவை மட்டும் தொலைத்து
விடாதீர்கள் ///

பெற்றோர் தினம்

இந்த நாளைக் கொண்டாடு
அடைவோம் முழு சிறப்பு!
தாய்க்கு ஒருநாள்
தந்தைக்கு ஒரு நாள்
என்பது துறப்பு !
தாயோடு தந்தை
தந்தையோடு தாய்
இதுவே மெய் இருப்பு !
ஒரு தினம்
கொண்டாடி மறப்போம்
என்பது எதிர்ப்பு !
தினம் தினம்
கொண்டாடுவோம்
என்பதே நம் சிறப்பு !
இத் தினம் கொண்டாட
வழியில்லாத
அனாதை சமூகம்
மனதின் அரிப்பு !
மூச்சோடு பேச்சும்
நலனோடு நடத்தையும்
நாடி த்தந்தவர்கள்
நலமுடன் வாழ
சபதம் எடுப்பது
உன் பொறுப்பு !

கல்லூரி மாணவனாய் பாரதி!

தேடி வகுப்புகள் பல சென்று
வாய் வலிக்க பாடம் கூறி
சிலரை குட்டிக் கொடுத்தும்
பலரை தட்டிக் கொடுத்தும்
ஒப்பிட்டு குறை கூறி
குறைந்த சம்பளம் பற்றி விவாதித்து
வருடத்தின் முடிவில்
என்றோ ஒரு தேர்வின்
முடிவுக்காய் பதறும் பதறாய்
நானும் வீழ்வேனென்று நினைத்தாயோ !!!

சீர்மிகு சீடன்

அச்சம் தன்னை விலக்க,
ஆகாய மெங்கும் பறக்க,
உச்சக் கல்வி கற்பானவன்,
உலகை காக்கும்
வல்லானவன்,,,
பிச்சைப் புகினும் கற்றிடத்தான்,
இச்சை மறந்து நின்றிடத்தான்,
மெச்ச நல் ஆசானுடன்
மேன்மையாக கரங்கோர்ப்பான்!
கொட்டியும் ஆம்பலும் போலிருப்பான்,
முட்டிய செருவுடன் முனைப்பாக,
கட்டிய குளத்தினில் நீரளவாம்
கொட்டியும்
ஆம்பலின் வளர்மறையாய்,,,
தெற்றென விளங்கும்
நட்புடனே
பற்றிய ஆசான் கனிந்துருக,
முற்றல் கழையிடை சுவையோடு
முகிழ்த்த நல் இலக்கியத்தை,,,

பற்றுடன் கருத்தினிடையிடையே,
பாசத்தை
யிணைத்து நல்லமுதை,
முற்றிய நிலவின் முகத்தழகில் ,
முடிவுரை காணா
உணர்வாலே,,,
வெட்டிய நிலமது
தருநீராய்,
சுட்டிய செங்கோலுயர் மதிக்க
சுடரொளி தன்னுயரெழுப்ப நிற்பாரெங்கள்
எங்கள் சீர்மிகு சீடன்!

மத நல்லிணக்கம்

சிந்தனை விடியலில்
ஜீவித்த
நல்மலர்களே!
நாளைய பாரதத்தின்
நலம் காக்கும்
மன்னர்களே !
இது தங்களுக்கானது
செவி திறந்து கேளுங்கள்!
மனம் குளிர கேளுங்கள்!
இதயம் கற்றிட கேளுங்கள்!
தங்கள் அனைவருக்கும்
இனிய இணக்கம் !
என்ன இது?
சொல் தடுமாற்றமா?
புரிதல் இடமாற்றமா ?
வணக்கமா ? இணக்கமா?
இன்றைய பொழுதில்
வணக்கங்கள்
கோட்சேவின் கையில் மறைந்த துப்பாக்கிகள்.
வணக்கம் ; இணக்கம் ;
என்ன வித்தியாசம்?
புரிந்து நோக்கு பிணக்கம் வேண்டாம்!
இணக்கமே வணக்கம்
ஆம்
நாட்டின் வீட்டின் இணக்கமே
என் வணக்கம்
அதுவே என் கனவு!
கனவு- நனவாகுமா ?

நிச்சயம் ஆகும்
உன்னால்ஆகும்
உன்னால் மட்டுமே ஆகும்!
நீ நான் வேறல்ல
பிரிக்க முடியா வேர்கள்!
காதரின் பிரியாணியும்;
சங்கரனின் சனாதன விருந்தும் ;
மேரியின் அப்பமும் ;
பல்சுவை விருந்து தான்
ஊட்டத்தில் ஒன்றுதானே!
சமையல் அறை வேறாகலாம்
சமையல் ஒன்றுதானே!
சமயங்கள்
சமையலறைகள் ;
மனிதனை
சமைப்பதற்கான அறைகள் ;
உண்மையாய் பசிப்பவனுக்கு
எதை சாப்பிட்டாலும்
பசி அடங்கும் !
ஒரே உலகம் !
ஒரே பூமி !
ஒரே ஊர்!
ஒரே குடிநீர்!
ஒரே உணவு !
ஒரே காலை!
ஒரே மாலை !
ஒரே சூரியன் !
ஒரே சந்திரன் !
ஒரே கொசு!

ஒரே கொரோனா!
எனில்
நீ வேறு நான் வேறு எப்படி?
வேடிக்கை தானே!
நீ நான் ஒன்று தான்
இதை உணர்ந்தவன்
வெல்வான் உலகைத்தான்!
மதங்கள் தந்தவர்கள்
மதமான தெய்வங்கள்
இரண்டும் போதிப்பது
அன்பைத்தான்!
உணர்வாய் நீ இதைத்தான்!
மதம் தந்த முத்தை எறிந்து
சிப்பியை த்தேடாதே !
மத போதனை
என்னும் பூமாலைகளை பிய்த்து
நாரை சுமந்து
நடனம் ஆடாதே !
தத்துவ மருந்துகளை
எறிந்துவிட்டு
கனமான அதன் கவர்களை விழுங்காதே!
நாளைய பாரதமே!
என் இளைஞனே!
இது உனக்கானது !
என் கனவு நீ !
என் கனவு நீ !
என் நல்லிணக்கம் நீ!

ஒப்புரவு

நித்தம் பல கோடி நாவிலே விளையாடி!
சுத்தம்ப்பல செய்து
என் சிந்தையெல்லாம் விளையாடி!
புத்தம் புதிதாய் பிறந்த தமிழே! பைந்தமிழே!
பொய்யா புலவன் வாக்கினிலே!
கவி கம்பன் கைகளிலே! கண்ணதாசன் மடியினிலே !
மண்ணுக்குள் நீராய்! விண்ணுக்குள் மழையாய்!
கல்லுக்குள் சிலையாய் வீற்றிருக்க !
முத்தாக பிறந்து வித்தாக வளர்ந்த
சத்தான என் தமிழே உயிரே வணங்குகிறேன் !
அகரமுதலியில்
அகிலம் ஆளும்
உத்திரவேதம் தந்த தேவருக்கு முதல் வணக்கம்!
பொய்யா மொழி தந்த
பொய்யில் புலவன்
ஊட்டிய அறத்தில்
ஒப்புரவே உயர்ந்தது
என் அகத்தில் !
அன்பின் அகத்தூண்டலில்
ஆர்ப்பரித்து எழுவது ஒப்புரவு!
நம்மில் ஒத்து ஒன்றாய் இசைந்து
பொருந்தி நின்றால் ஒப்புரவு !
நாட்கள் கடந்தாலும்
யுகங்கள் புரண்டாலும்
நாவில் இனிக்கும்
நம் நாயனார் ஒப்புரவு !
ஈகை ;ஒப்புரவு;
இரண்டும் ஒன்றோ?

இரந்து கேட்டால் மட்டுமே ஈகை சிறக்கும்!
ஈகையிலேதலைக்கணம் கூட துளிர்க்கும் !
இருந்தால் மட்டுமே கொடுக்கும்!
இல்லாமையில் பகை வளர்க்கும்!
ஒப்புரவு;
இல்லாத வறுமையிலும் சிறக்கும்!
பகிர்ந்துண்ணும் பண்பு தனை வளர்க்கும் !
உலகம் உண்ண உண்டு
உலகம் உடுத்த உடுத்தி
பசிக் காய் பழுத்திடும் பழமரம் ஒப்புரவு !
ஏற்றுமதி கட்டையாய் ஆனதல்ல ஒப்புரவு!
ஊரும் தண்ணீரில் உலக தாகம்
தீர்க்கும் ஊரணியே ஒப்புரவு !
ஒத்தறிந்து வாழ்ந்து ஒன்றாக்கும் ஒப்புரவு !
கூட்டமாய் கூடி வாழும்
காக்கைகள் கூடுகட்டும்
பயன் மரமே ஒப்புரவு!
காட்சிக் காய் மட்டும் வாழும்
செத்த மரம் அல்ல
நம் முப்பாட்டன் சொன்ன ஒப்புரவு!
ஆறடியில்
புதையும் மானுட வாழ்க்கையை
இரண்டடியில் அளந்து எடுத்த வள்ளுவனார்
சொன்ன ஒப்புரவு
பேதம் காக்கும்
மனுவை புதைக்கும்!
சமதர்மம் என்பதை ஒலிக்கும்
தன் முனைப்பில் தன் உழைப்பில்
வறிய உழவன் செய்யும் வேளாண்மையே
சென்னாபோதார் சொன்ன ஒப்புரவு!
வேற்றுமை நோய் போக்கும்
உயர் மருந்து ஒப்புரவு !

சதி கூடி விதி செய்து கதியாகும்
மானுட வாழ்வை
அதிகாரமாய் எடுத்து
அழகாய் பிரித்து
அட்டவணை கொடுத்து
எம்மொழியும் எந்நாடும் போற்றிப் புகழுமாறு
எம்மதமும் எக் காலமும் பொருந்தி ஏகுமாறு
எழுதியுள்ள திருக்குறள் இது தமிழ் பெற்ற பேறு!
உலகெல்லாம் படர்ந்து விழுதுகளாய் முளைத்திட
உலகம் தோறும் குறல் ஒப்புரவு செய்வோம் தமிழாய்
வள்ளுவமாய் உயர்ந்து வாழ்வோம் !

எழுத்தாணியின் ஏக்கம்

என் எழுத்தாணிக்கும்
பசி எடுக்க
முத்தமிழை
முழுதாய் அது புசிக்க
உண்ட மயக்கத்தில்
கவி அமுதம் நிறைக்க
கொண்டு வந்தேன்
நான் அதை உங்களிடம் கொடுக்க
எனக்காய்
ஒரு கவிதை ஏன் எழுதவில்லை
என
ஏக்கம் துறக்க
ஊக்கம் பிறக்க
எழுதிய கவிதை இது!

கொரோனா வை வெல்வோம்

விழித்திடு விரைந்திடு என் தோழா
பழமை யுத்தம் செய்வோம் !!!
நம் முப்பாட்டன் ஆயுதம் செய்வோம்!!!!!
கலியுக தூதன் அவன் வந்திட்டான்
மனிதம் கொன்று கொன்று தினம் தின்றிட்டான் !!!
அவனியை பிடிக்குள் கொண்டிட்டான்!!!
அனைத்தையும் அவனுள் அடக்கிட்டான்!!!
கொத்துக்கொத்தாய் கோரங்கள் புரிந்திட்டான்!!!
குவியல் குவியலாய் பிணங்கள் எரித்து விட்டான்!!!!
பூமிப்பந்தை புரட்டிட்டான் !!!
புதிதாய் தனக்கு யுகம் செய்திடான் !!!
மாற்றம் வாறாதோ மனிதம் வாழாதோ!!!
ஏக்கம் வேண்டாம் எடுப்போம் சித்தர் ஆயுதம். !!!

மனிதருக்குள் மனிதராய் மாறுவேடம் ஏற்றவனே!!!
தொற்றுகின்ற நோயே உன்னால்
தொலையுது எம் உயிர்கள் !!!!
வறுமையிலும் கொடுமையாய் எரிகிறது
வயிற்றுப்பசி!!!
கல்வியற்ற வாழ்க்கையையும் கட்டவிழ்ந்த
தொழில்களையும் முடக்கி கொண்டாயே
முடங்கியது
எம் வயிறுகள்!!!!

நாளோடும் பொழுதோடும் நடக்கின்ற
நடப்பெல்லாம் தான்தோன்றித்தனமாக
தலைவிரித்து ஆடுதிங்கே!!!

அன்றாட வாழ்க்கைக்கு திண்டாட்டம் இல்லாமல்
அயராது உழைத்தவர் அவலத்தில் மூழ்கி டவே !!!
நிவாரண போர்வையில் நிம்மதியும் தொலைகிறது
நித்தம் நடப்பதெல்லாம் தெருக்கூத்தாய்
தெரிகிறது!!!

மயக்கமும் வேண்டாமே கலி அவனை விரட்டவே
செய்திடுவோம் பழமை புரட்சி !!!
நெஞ்சு சளியா இஞ்சிச்சாறு இங்கிருக்க!!!
முரட்டுச்சளியா முருங்கை இலை சூப் இருக்க !!!!
சீரகத் தண்ணீரில் கொரோனாவே
ஜீரணமாகிவிடும்!!!
புதினா இலை இருக்க பதுங்கிடுவாயா நீ !!!
மூதாதை முட்டாளாக்கி பழமையை பாழாக்கி
ஏமாளியாய் திரிபவனே!!
முகவரியை தொலைத்து மனிதம் அத்து போகாதே !!
பழமைக்கு திரும்பி விடு
அன்று மிளகைத் தின்று மிடுக்காய் நடந்தார் நம்
பாட்டன்
ஆடாதொடை எடுத்து ஆஸ்துமா வேர் அறுத்தார்
நம் முப்பாட்டன் !!!
திப்பிலி பொடி எடுத்து தேனில் குழைத்து விட்டு
சுகவாழ்வு வாழ்ந்தால் நம் பாட்டி!!!

அதிமதுர பொடி எடுத்து அளவோடு ருசித்து
அற்புதமாய் இருந்தார் நம் தந்தை!!!
மஞ்சள் புகை பிடித்து நொச்சி ஆவி எடுத்து
ஆஜானுபாகுவாய் நம் பரம்பரை!!!
பழமை பண்பாட்டை புதுப்பித்து எடு!!!
உடம்பை தூய்மைப்படுத்தி கலி அவனை
துன்புறுத்து !!!

சமூக இடைவெளி விட்டு அவனுக்கு
இன்னல் கொடுத்துவிடு !!!
அவசியமற்றுதிரியாதே !!
ஆபத்து அறிகுறியா அலட்சியம் காட்டாதே!!
சித்தர் சொல்படி நிலவேம்பு கபசுரம் எடுத்துவிடு!!!
இயற்கை உணவு தனை நாள்தோறும் புசித்து விடு!!
முக கவசமிட்டு கொடு அவனுக்கு முட்டுக்கட்டை!!!
தனிமனித ஒழுக்கம் நம் பரம்பரையின் சொத்து !!!
யோகம் செய்திடு மூச்சை அடக்கி பயிற்சி எடு !!
அரசின் நெறிமுறை ஏற்றிடு மதுக்கடை மாநாட்டை
ஒழித்திடு!!!

தடுப்பூசியும் போட்டுடு தாண்டவத்தை
குறைத்திடு!!!
வெள்ளை காக்கி உடை காரர்களின் புனிதத்தை
புரிந்திடு!!!
சித்தர் ஆயுதம் கொண்டு பழமை புரட்சி செய்து
கொரோனாவை வென்றிடு!!!!
பழமையைப்போற்றுவோம் கொரோனாவை
விரட்டுவோம்! !!

பாரத நாடு பழம்பெரும் நாடு

கல் தேய்த்து தீ கண்ட காலம்தொட்டு
கல்வெட்டுஓலைகளின் வடிவம் தொட்டு நல்ல
சொல் தொட்டு நிற்கின்ற தமிழ் தாயே உன் பாதம்
தொட்டு பணிகின்றேன் வாழ்த்திடம்மா.

மனிதம் இனி தென சுவாசிக்க
இயற்கையாய் படர்ந்த பாரதமே !
மனிதம் இனிதாய் சுவாசிக்க
இயற்கையால் படர்ந்த பாரதமே!
நீ கொண்டாய் தேசத்துல் தேசம்
மதம் வேறு மொழி வேறு என்றாலும்
ஒன்றாகும் தொப்புள்கொடி பாசம் !

பாற்க் கடலாய் பாரதமே நீ இருக்க உன்னில் பல
மொழி மீன்கள் அற்புதமாய் தான் மிதக்க!

வள்ளுவம் வார்த்தெடுத்த வரலாறாய் நீ ஜொலிக்க
இமயமுதல் குமரிவரை வளமையுடன் நீ சிரிக்க !
இந்தியத்தாய் பெற்றால் செல்ல மகன் பாரதி !
நூறாண்டாய் பாவாண்ட பைந்தமிழ் சாரதி!
முப்படை யாய் திறம் படைத்த தேசமிது
மூத்தோர் குடும்ப உறவின் பெருமை பேசும் இல்லம்
இது!

உழவன் தந்த விளைப் பொருளும் பல பலவாம்
பல்லுயிர்க்கு பகிர்ந்து உண்டு வாழும் தொல்குடி
இதுவாம்!

பாரதம் எங்கள் தாய் திருநாடு ஏராளம் ஏராளம்
இங்கு ஆறு மலைக் காடு !

நிறம் நிறமாய் உண்டிங்கு சாதி மதங்கள் ஆயினும்
நாங்கள் அன்நியம் தெரியாஅன்பின் மனங்கள் !
அண்டி வந்த அயலவனும் ஆ சுவாசிக்கும்
அழகான சத்திரமே!
ஆயகலைகள் கோடி கொட்டி வைத்த
சிறப்பான சித்திரமே !
காண்போர் வியக்கும் கலாச்சார புதையல்
இது அகிலத்தை அறிவியலால்
மிரட்டி வைத்த கூடம் இது!
சமத்துவம் சகோதரத்துவம் எங்கள் மகத்துவம்
பண்பும் பணிவோடு
அன்பும் அறத்தோடு
பெண்மை காக்கும் உத்தமம்.

பண்டிகை வந்தால் நாடெங்கும் கொண்டாட்டம்
எங்கள் ராணுவம் வந்தால்
பகைவனுக்கோ திண்டாட்டம்!

ஆன்மீக பூமி இது ஆண்டனும் ஆசையாய்
அவதரித்து பார்த்த சொர்க்கம் இது!
மீண்டும் பிறப்போம்! நாட்டிற்கு
கவி எழுதியே மறிப்போம்!

இந்தியன் என்று சொல்லி தலை நிமிர்ந்து
வாழ்ந்துவிடு! இந்தியன் என்று சொல்லி
தலைவணங்க வைத்துவிடு!
இந்திய பொருளை தயங்காமல் வாங்கி விடு
ரத்தத்தின் மொத்தத்தில் கலந்த பாரதத்தை
பண்போடு
போற்றி எடு!.

ரௌத்திரம் பழகு

கல்விக்கு முட்டுக்கட்டை ஆனவன் தந்தையே
ஆயினும் ரௌத்திரம் பழகு! புறம் செல்லும்
பூவையரைசீண்டிப் பார்க்கும் ஆறறிவு
மிருகத்தைக்கண்டால் ரௌதிரம் பழகு!
பூவையே ஆனபோதிலும் தேவையான போதினிலே
ரௌத்திரம் பழகு!
குட்ட குட்ட குனிவதும்தட்ட தட்ட தளர்வதும்
மானுட அழகல்ல !
வெட்ட வெட்ட வளர்ந்திடு கெட்டவற்றை
களைந்திடு!
அச்சம் என்ற சொல்லினை மிச்சமின்றி புதைத்திடு!
எங்கெங்கு காணினும் வன்முறை தான் இந்த
அவனியிலே
சிங்கத் தோல் போர்த்தி அலையும் சிறு நரி கண்டால்
ரௌத்திரம் பழகு!
ஜாதி சாக்கடையில் சந்தனம் பூசும் கயவரைக்
கண்டால் ரௌத்திரம் பழகு!
மக்களை தண்ணீருக்குத் தவிக்க விடும் தரம்கெட்ட
வர்களைக் கண்டால் ரௌத்திரம் பழகு
கல்வியை காசாக்கி அறிவை வியாபாரமாக்க
கண்டால் நீ ரௌத்திரம் பழகு!
தட்டிக் கேளு தவறினை கட்டி ஆளு ஜெகத்தினை !
ஆட்டுமந்தை போலவே ஆட்டாதே தலையினை
நியாயமான கோபம் எனில் அஞ்சாது
காட்டிடுசினத்தை
அச்சத்தை விடு அல்லது உன் லட்சியத்தை விடு!
ஓயாது புலம்பாதே தேவையற்ற இடத்தில்
குழம்பாதே!

நம் தாய் மொழியை பழித்தவனை உன் மனமே
சொன்னாலும் விடாதே!
விழித்தெழ நினைக்காமல் கிடப்பது வாழ்க்கையா
இதை கல்லும் செய்யுமே! கழுதையும் செய்யுமே
சோம்பல் கூடி வருபவர் கண்டால் ரௌத்திரம்
பழகு!
தியாகம் என்னும் இருளில் மூழ்கி நீயும் மாயாதே!
தியாகிசிலை ஒன்றும் தேவையில்லை கோழையாய்
நீ வாழாதே!
அஃறிணை பொம்மையைக் காட்டி மாய வித்தை
காட்டி நாடி நரம்புகளை பாழாக்கி உன் சுயத்தை
திருடும் நேரு திருடனை கண்டால் ரௌத்திரம்
பழகு!
விளையும் பயிராம் நம்மில் ஆண் பெண் பேதம்
கற்பிப்பவர் கண்டால் ரௌத்திரம் பழகு!
ஆக்கமான அறிவியலை
அழிவுக்கு பயன்படுத்துவோரை கண்டால்
ரௌத்திரம் பழகு!
ஓடியாடி விளையாட ஒருங்கு கூடி நலம் வாழ
தடையாகி போகும் ஊடகத்தைக் கண்டால்
ரௌத்திரம் பழகு!
கருவறையும் வகுப்பறையும் முடங்கிப் போக தன்
சுத்தம் பிறர் சுத்தம் மறந்த வரை கண்டால்
ரௌத்திரம் பழகு!
இயற்கையை செயற்கை கொண்டு வன்கொடுமை
செய்பவரைக் கண்டால் ரௌத்திரம் பழகு!
முடியும் என்று முன்னேறு வெற்றிகள் தான் உன்
மேறு!
ரௌத்திரம் பழகிஉயர்வாகு
முண்டாசுக் கவி சொல் வளமாக்கு

இனி ஒரு விதி செய்வோம்

பெண்ணே இனி ஒரு விதி செய்வோம்!!!
பெண்ணே பெண்ணே பிடிக்குள் உலகம்
நம்பிக்கை வை தோழி!!!
நாளைய உதயம் நமக்காய் இருக்கு
நம்பிக்கைவை தோழி!!
அற்புத சாதனை பெண்கள் தாய்ப்பால்
உனக்கு சரித்திரம் படை தோழி!!!
எட்டு திசைகள் எட்டும் இலக்காய்
சிந்தனை செய் தோழி!!!!
அறிவை சிட்டாய் விரித்து சிகரம் பிடித்து
வெல்வோம் வா தோழி!!!!
குவலய விளக்காய் குடும்பத்தின் விளக்காய்
கதிரென எழு தோழி!!!
எதிர்மறை துறந்துநேர்மறை கொணர்ந்து
கரங்களை உயர்த்தி டடி!!!
தடை பல உடைத்து உன் தடம் பதித்து
சாதனை புரிந்திட டி! !
நதி என நடந்திடு மலை என உயர்ந்திடு
மிடுக்காய் நடந்திடடி.பழமையைப் போற்றி
புதுமையை ஏற்றி அகிலம் வளர்த்திட டி!!!!
வந்தது வாழ்த்தும் !! வருவது துதிக்கும்!!
செல்வது மிரட்டும் அடி !!!இருப்பது மட்டுமே
நம் கையில் இருக்கும் துணிந்து நீ எட்டிடடி!!!
உண்டு என்று சொல்லு உன் காலில் நில்லு!!
உலகை நீ புரட்டிடடி!!!
இனி ஒரு விதி செய்திடடீ!!!!

குடவிளக்கு

பொழுதும் புலருது
உனக்காக, பெண்ணே,
போட்டிகள் எல்லாம் நமக்காக,,,
வளரும் உலகம் நம் கையில்,
இனி, ஒளிர்ந்திடு துணிவாய்
விளக்காக,,,

உழைப்புக்கு நீயே முதல் எழுத்து,
அதை அன்பால் தினமும் வழி நடத்து,
பிறப்புக்கும் நீயே தலை எழுத்து,
எங்கும் பேசி நிற்க வரும் சமத்து,,,

வீட்டுக்கு வீடு வாசற்படி,
அங்கு விளக்குகள் எல்லாம் ஒளிரும் படி
வைப்பதில் பெண்ணுக்கு உள்ள படி,
அவள் மனசே மகிழும் நல்லபடி,,,

ஆணுக்கும் பெண்ணும் சளைப்பில்லை,,,
அதை அறிந்தவர் எவரும் மறுப்பதில்லை,,,
தாய் என்ற பெயரால் நிற்கையிலே
பெண்ணை, தலை வணங்காது
எவரும் இருப்பதில்லை,,,

பேருக்கு ஆயிரம் பொறுப்பு என்பார்,
அவர், குடும்பத்தின் பொறுப்பை தான் அறியார்,,,
ஊருக்குள் குடும்பத்தின் புகழ் நிலைக்க,
என்றும், உழைப்பால் ஒளிரும்
குடும்ப விளக்காய் நிற்பார்,,,
பெண், என்றும்,
உழைப்பால் ஒளிரும்
குடும்ப விளக்காய் நிற்பார்,,,

முள்ளும் மலரும்

என் பூமகளே !
முள்ளாய் நின்று காப்பேன்!
வாழ்வில் வேண்டும் வலிமை யடி!
வரும் காலம் உன் அடிமையடி!
வஞ்சனை நிறைந்த உலகத்திலே !
வலிமை வேண்டும் நெஞ்சினிலே!
விதியைப் பந்தாய் விளையாடு!
விண்ணை நோக்கி நடைபோடு !
வலிமை நெஞ்சம் உடையாது !
வாழ்வில் தோல்வி கிடையாது!
கண்ணீர் துளிகளை துடைத்தெறிவாய் !
பூ மகளே நீ மலர்ந்திடு வாய்!
வீரம் வேண்டும் என் மகளே!
வெற்றி உறுதி பூமகளே!
ஏற்றம் கொண்டு என்னவளே!
என் றும் மிளிர் வாய் தரணியிலே !
கவலை உன்னை சிறை எடுத்தால் !
கலங்கி நீயும் போகாதே !
கண்ணாய் பார்ப்பேன் உன் தாயே !
முள்ளாய் காப்பேன் மறவாதே!
காமுகர் திரியும் போர்க்களத்தில் !
புத்தியே ஆயுதம் அறிந்திட டி!
வலிமை உனக்கும் வனப் பாகும்!
வாழ்க்கை முழுதும் வரமாகும்!
தடைகளைத் தாண்டி நடைபோடு!
பூமியே உனக்கு பூக்காடு!
நீதான் என் தெய்வம் எழில் மாதே!
உடையா உள்ளம் கொண்டிட டி !

உலகம் உன் பொன்னான பேழை யடி !
உலகை ஆள பிறந்தவளே!
உள்ளத்தில் வீரம் இல்லை எனில் உலகில் நீதான்
ஏழையடி!
முள்ளாய் மாறி நீயும் காக்கும் வரை
தீமை அண்டாது காப்பேன் என் மலரே!
ஹார்மோன் ஆட்டம் காட்டும் வயதினிலே
உன் நிழலையும் நீ நம்பாதே
வீணாய் போன சமூகத்திலே
விழிகள் இரண்டு பத்தாது
புலன்களை நீயும் தீட்டிக்கொள்
சொந்தக்காலை உயர்த்திக்கொள்!
வாழ்க்கை என்பது மரமன்றோ!
வீரம் தான் அதன் உரமன்றோ
உடலின் வலிமை சருகாகும்!
தாய்தான் உந்தன் அரண் ஆகும்!!

வரலாற்றுக்காவியம் வீரத்தமிழரசி வேலுநாச்சியார்

என் குடி இளைய மக்கா !
பாட்டிக்கதை கேட்டிருப்ப !
வீரபாட்டன் பாத்திருப்ப !
நம் குல வேலு நாச்சி !
அவ மங்காத வீர தாய்ச்சி !
அவ மறவர் குலப் பிறப்பு !
என்றும் மங்காத விவேகத்தின் இருப்பு!
முத்தாத்தாள் பெற்ற பெண்சிங்கம் !
வீர செல்ல முத்து பெற்ற தங்கம்!
ஈனபசப்பு கெட்ட பரங்கியனை!
பந்தாடி வென்றாடி
முன்னோடி போராளி!
சிவகங்கைபெற்ற சீமாட்டி!
அறிவுச்சுடருக்குஅவளே பெருமாட்டி
வஞ்சம் செய்தவன் நவாப் ஆனாலும் !
வஞ்சம் தீர்க்க நெஞ்சுரம் சமைத்தவள் !
யானைப்படை உண்டு குதிரை படை உண்டு
பெண் எழுச்சி படை தந்த பரதேவதைஅவ!
கண்வீச்சு பொறி எரிக்கும்
வாள் வீச்சு கபாலம் தெறிக்கும்
சொல் வீச்சு மொழிகள் பிறக்கும்
புத்தி வீச்சில் பகைமை பறக்கும் !
பால் மாற பச்சை மண்ணு
வீதியிலே விளையாடயோனி சிதைத்தவனே
எங்க தாய்ச்சீ ஆட்சியிலே நீபிறந்திருந்தா
கழு வேற்றி உன் னை கருவிலே சிதைச்சுருப்பா!

குற்றம் முடிந்து விரிக்கும் குடைகள் வேண்டாம்
பகை முற்றம் வருமுன் முடிவு கட்டும் தாய்
வேண்டும்
செற்றம் களைந்து செழிக்கும் புவியாய் மாற்ற
இற்றைப் பொழுதே என் தாயே நீ வேண்டும்
எதிரிதேடி வரும் போதும்
அவனை நாடிப்போகும் தாயே !
பெண்மைக்குள் ஆண்மை உண்டு
வரலாறு காட்ட வந்த தேவதையே !
இந்த நாசமா போன பூமி
நயமாக என் கருவிலேமீண்டும் வா தாயே! !!!!!!!
பொண்ணுன்னா என்னன்னு காட்டிடுவாய் நீயே!

வையத் தலைமை கொள் !!

பிரபஞ்ச படைப்பின் மையப்புள்ளி ஆனவளே!
நேற்று இன்று நாளை க்கும் நிதர்சனமாய் நிற்பவளே!
நம் முப்பாட்டன் பாரதியின் நல் முத்தான கட்டளை
இது!
மாதரே வையத் தலைமை கொள் !
ஆழமான அழகான ஆத்மார்த்தமான கட்டளை இது!
பாரதியோடு பயணப்பட்டால் பக்குவமாய்
பதிந்துவிடும் வெற்றியின் பதிகம் இது! வையம்
ஒன்றெனில் தலைமை பலவாக சாத்தியமா ?
உயர்வை இலக்காக்கும் ஒவ்வொரு உயிருக்கும்
உண்டு இரட்டை உலகம் !
அகம் ஆண்டாள் புறம் ஆளலாம்!
அகமனம் அது சீட்டுக்கட்டில் முதல் சீட்டு
......ஆட்டம் கண்டால் சில அரைஞாண் கயிறுகள்
ஆட்டம் காட்டிவிடும் !
பெண்ணே
பக்குவமாய் கட்டிடு புது யுகத்தை பாருக்கு தந்திடு
புது தலைமுறையை !
உன்னால் முடியும் உன்னால் மட்டுமே முடியும்!
அரைகுறை வயிற்றோடு அண்டத்தைப்
புதுப்பித்தாள உன்னால் மட்டுமே முடியும் !
கருத்தும் கடமையும் காத்து நிற்பவள் நீ
சக்தியும்யுக்தியும் கொண்டு தினம் சரித்திரம்
படைப்பவள் நீ
சித்திகள் பலவும் காண்பவள் நீ
ஆட்சியில் மாட்சிக் கொள்பவள் நீ
அன்பினை சொரிபவள் நீ
ஆயுதம் ஏந்தி போர்க்களம் புகுபவள் நீ

விண்ணிற்கு விஜயம் விரும்பியே செல்பவள் நீ
வண்ணமாய் வீட்டில் வளைய வருபவர் நீ
மகத்தான பெண்ணே வருக சரித்திரம் படைத்திட
விளைக
சாந்தம் சிந்திட வளர்க
பெண்ணடிமை போக்கிட எழுக
பொல்லாமை தோற்றிட துணிக
கல்லாமை வேண்டாம் என்க
கொடுமைகள் இனி வேண்டாம் சொல்க
போற்றிப் புகழ்ந்திடபோராடுக
நேற்றைய நினைவினை நீராடுக
புதிய சரித்திரம் படைத்திடுக !
புதுமை பல புகுத்திடுக!
பெண்ணே முடியும் என்றே முன்னேறு வெற்றிகள்
தானே உன் மேறு
செயலில் மேதையாக பலருக்கு பாதையாகு!
வல்லமையை வெளிப்படுத்து வாழும் உலகை
வசப்படுத்து!
பாரதியின் புதுமைப் பெண் புலம்பும் காலம்
மாண்டது
உனக்கான காலம் மீண்டது
செல்க !வாழ்க !வெல்க !
வையத் தலைமை கொள்க!
(தி சென் அகாடெமி .... புதுச்சேரி. வழங்கிய
கவிச்சுடர் விருது வாங்கிய கவிதை)

ஒளிவிளக்கு

யுகம் கண்ட ஞானப் பிறப்பு !
கண்கண்ட கடவுளின் உயிர்ப்பு!
நீர் உச்சத்திலும் கொண்ட எளிமை!
நாயகனாய் மனதில் கரைந்த மகிமை !
ஆண்டு கடந்தும் இதயத்துள் வாழ்கிறார்!
மாண்டும் மாளா கடவுள் ஆகிறார் !
நீர் பசிப்பிணி போக்கிய வள்ளல்!
பாமரனை உயர்த்திய உம் உள்ளல்!
தொல்தமிழ் மண் பெற்ற மனித வித்து!
தென் தமிழ் மண் பெற்ற அழியா சொத்து!
சத்தியபாமா தாயின் பெயர் சொல்லும் புதல்வன்!
கழகத்தாயின் முத்திரை ஆன புரட்சித்தலைவன்!
ஓம் பிரணவ மந்திரம் அறியாதவர் யாரும் இல்லை!
எம்.ஜீ.ஆர். மூன்றெழுத்து(த்திரியாச்சரம்
)மந்திரத்தின் இணையாய் யேதும் இல்லை!
தலைவனை எண்ணி திளைக்காத மனங்கள் இல்லை!
வள்ளலை எண்ணி பிழைக்காத உயிர்கள் இல்லை!
நீர் கைகள் உயர்த்தும் போதெல்லாம்
வானம் விரல் தொட ஊன் வளையும்!
நீர் புன்னகை உதிர்க்கும் போதெல்லாம்
மேகம் முத்தமிட குழையும் !
உன்னை காண்போருக்கு வயிறு நிறையும்!
உன்னை சார்ந்தோருக்கு திரவியங்கள் குவியும்!
பகைவரையும் நிந்திக்காத உந்தன் மாண்பு!
உயிர்களிடம் காட்டிய உன்னத அன்பு!
சொல்லி மாளாது கீர்த்தி!
சொல்லச்சொல்ல தீராது பூர்த்தி!
உம் செயல்கள் கொண்ட புத்துணர்ச்சி !

உம் ஆட்சியில் பெற்ற புது வளர்ச்சி!
வரலாறு படைத்த ஒரே சி.எம்!
நேர்மைக்காய் கர்ஜீக்கும் ஒரே சீயம்!
சினிமாவில் நிறையவே போதித்தீர்!
அரசியலில் ஆக்கப்பூர்வமாய் சாதித்தீர்!
நீர் பெற்ற விருதுகளால் விருதுக்கு பெருமை!
கடைக்கோடி மீனவனின் உயிரானாய்
அதுவே உம் திறமை!
நீர் போட்ட கல்விக்கூட சத்துணவு!
அடுத்த தலைமுறையிக்கு வித்துணவு!
ஆயிரத்தில் ஒருவனா நீர்!
கோடிகளின் தலைவன் நீர்!
தலைவா தலைமுறை தாண்டியும்
வற்றாத வரலாறு!
தனித்தமிழ் உள்ளவரை நிற்காது புகழ் ஆறு!
தமிழகத்தின் ஒளிவிளக்கு!
தமிழ் இனத்தின் குலவிளக்கு!
உம்கழக க்குடை கொண்டு
நாளை குடை செய்கின்றோம்
நலமாக!
வளமாக !

பெண்மை

வாழ்க்கை வட்டத்தின் மையப்புள்ளி பெண்மை!
ஓர் உடம்பில் ஈருயிர் செய்யும் வித்தை தான்
பெண்மை!
பிரபஞ்ச படைப்பின் மூலாதாரம் பெண்மை!
உலகத்தின் தலையெழுத்தை திறக்குமிடம்
பெண்மை
அழகென்றால் அகராதியே அசரும் இடம் பெண்மை
திண்மை மென்மை ஒரு சேருமிடம் பெண்மை!
உயிர்களில் செழுமையில்
பொறுமை கொள்பவளே பெண்ணே!
அன்பின் மறு உருவாய் உறவுகள் பாளமாய்
உத்வேகம் கொண்டதுவே பெண்மை!
தென்றலாய் வருடி புயலாய் வீசி
பூகம்பமாய் மிரட்டுவதும் பெண்மை!
வளர்ச்சியில் வானை முட்டி
கடலின் ஆழம் எட்டி
வீட்டை நாட்டை ஏன் ஏட்டையும்
புரட்டிப்போடும் அதிசயமே பெண்ணே !
நார்ச் சுவற்றை தாண்டி அடிப்படைகளை ஆட்டம்
காட்டியதுவும் பெண்ணே
ஆணாதிக்க வேரை வன்புணர்ச்சி அஃறிணையை
கருவறுக்கும் காமுகியே பெண்மை
பெண்மை இல்லாத இடம் இல்லை
இவள் இல்லாமல் உயர்வில்லை
மாற்றிக்காட்டிய துவும் பெண்மை
உயிர்மெய் மானுடம் பிறக்க மெய் தந்து
உயிர் கொடுத்த பரம்பொருளே பெண்மை
உருளும் உலகை நகர்த்தும் உழைப்பே பெண்மை

சொல்லா வலியையும் தனியா துயரையும்
தாங்கிடும் தூணே பெண்மை
சோர்வோ சோகமோ சுருண்டு போனாள் சுட்டு
விழியில் சொக்கி மயக்கிடும் பூச்செண்டே பெண்மை
சமையல் காரியோ
சமயம் வந்தால் வேல் வீசும் காளியோ
எல்லாமாய் ஆனதுவே பெண்மை!
அடித்தாலும் அன்பில் தாயாக அன்றாடம் நேர்
செய்யும் தடமாக திகழும் அத்தனை சக்தியும்
பெண்மைதான்
குடும்பமும் நாடும் இதுவே நிர்வாகம்
என விளக்கிக் காட்டுவது பெண்மை தான்
இங்கு குறிப்பிட்டவை பலவில் சிலவே
அனைத்தையும் குறிப்பிட்டால் நீடிக்கும்
நம் கவியின் அளவே மொத்தத்தில்
மானுடம் ஜெயித்தது பெண்மையால் தான்
நாகரீகம் முளைத்தது பெண்மையால் தான்
நாளும் உழைப்பது பெண்மையால் தான்
அகராதி பிடித்த சிங்கத்தை அடக்கி ஆள்வதும் பெண்
தான்
உறவில் உயர்வே பெண்மைதான்
இரு வீட்டிற்கு போக்காய் அலைந்து
அல்லாடும் பெண்மை தான்
சிக்கனம் தெரிந்தவளும் பெண் தான்
சிக்கலைத் தீர்ப்பவளும் பெண் தான்
கல்வி செல்வம் வீரம் அளிப்பவளும் பெண் தான்
கனிவான இதயம் கொண்டவளும் இரும்பாய்
இதயம் செய்தவளும் பெண்தான்
அத்துணை பண்பும் ஆணிடம் இருந்தாலும்

அவனையும் படைத்த படைப்பாளி பெண்தான்
ஆக்கவும் அழிக்கவும் தெரிந்த மூளை பெண்தான்
யாவும்
ஆன பெண்மையை யாவரும் போற்றுவோம்
எப்போதும் துணை இருப்போம் பெண்மை வாழ்க!

பாட்டுக்கொரு பாரதி

பாட்டுக்கொரு பாரதி !
பைந்தமிழ்ச் சாரதி!
நாட்டுக்குக் காவலன் !
நற்றமிழ் பாவலன்!
செந்தமிழ்த் தேனீ !
சிந்துக்குத் தந்தை !
குவிக்கும் கவிக்குயில்
!புவிக்கோர் புத்தொளி !*
நீடு துயில் நீக்க வந்த நிலா!
பாடு தமிழ் பவனி வந்த உலா !
கற்பனை ஊற்றாம் !
கவிதையின் நாற்றாம்!
திறம்பாடிய மறவன்!
அறமோதிய குரவன்!
காணக் கிடைக்காத ஞானத் தங்கம் !*
தேடாது கிடைத்திட்ட தேவ சங்கம் !*
வாராது வந்துதித்த மாணிக்க மாமணி !-வரம்
கோராது இந்தியா ஏந்திட்ட தூமணி !
என்று எல்லோரும் ஏத்திப் புகழும்
*மகாகவி

பெண்ணே உன் வாழ்க்கை உன் கையில்.

"யாதும் ஊரே யாவரும் கேளிர்"
கணியன் பூங்குன்றனாரின் கூற்றை உணர்வோம்!

காக்கை போல் கரவாது பகிர்ந் துண்டால்
ஆக்கம் உண்டு வாழ்விலே என்ற வள்ளுவத்தை
உணர்வோம்!

உள்ளுவதெல்லாம் உயர்வுள்ளல் என உள்ளதை
உயர்வாக எண்ணி வாழ்வோம்!

ஒரு விழி அழுதால் மறுவிழி அழுவது போல்
ஒற்றுமை உணர்ந்து மற்றவர் துயர் துடைப்போம்!

நன்றியுணர்வைக் காட்டுவதில் ஞமலியாய்
அன்பு காட்டுவதில் மரம் தழுவும் கொடியாய்
பயத்தில் தவிப்பவர்க்கு அணைக்கும் கரங்களாய்
வயோதிகத்திற்கு ஊன்று கோல்களாய்
நசிந்தவர்க்கு உதவும் கரங்களாய்
பசித்தவர்க்கு ஊட்டும் கரங்களாய்
வேறுபாடின்றி ஒளி வழங்கும் ஆதவனாய்
மாறுபாடி ன்றி தாகம் தீர்க்கும் கங்கையாய்
மிதிப்பவரையும் முன்னேற்றும் படிக்கற்களாய்
சிதைப்பவர்க்கும் ஏற்றம் தரும் தருக்களாய்
கடிப்பவருக்கும் சுவை தரும் கரும்பாய்
படிப்பவர்க்கு அறிவு தரும் நூல்களாய்

வாழ்ந்து பார்த்தால் நாம் உணரலாம்
எண்ணம் போல் வாழ்க்கை எனும் சுகத்தை!

நல்லெண்ணமே நல் வாக்காகும்.
நல்வாக்கே நற்செயல்
களாகும்.

நற்செயல்களே நல்ல வாழ்க்கையாகும்!

உன் வாழ்க்கை உன் கையில் வென்றெடு

சகியே உனக்காக ..

எண்ணங்கள் வானை நோக்கி !
எழுத்துக்கள் உயர்வை நோக்கி !
கண்ணிமைக்கும் காலம் கூட
எடுத்து வை இலக்கை நோக்கி!
நாளை என்று நாளைத் தள்ளி உயர்வைத் தள்ளாதே !
தடுமாற்றம் வந்து தடம் மாற்றக்கூடும்!
அண்ணாந்து பார்சகியே உன் உயரம் தெரியும் !
நிமிர்ந்து வாழ்வது சிறப்பு
மரத்திற்கு மட்டுமல்ல உனக்கும் தான்!
அச்சம் விலக்கி நின்றால் உச்சம் தொடுவாய் சகியே!
வெளிச்சமான மனம் மகிழ்ச்சியின் திறவுகோல்!
எங்கேயோ தேடாதே உயர்வை
உள்ளத் தெளிவே உயர்வு !!
தொடரும் தொல்லைகள் கூட
தோல்வியை வெல்லும் வேள்விகள் தானடீ
சகியே....
பார்வை கண்களில் இல்லை அது நம்மில்
படியும் எண்ணங்களின் வலை! !
அழுக்கு அகழிகள் மிடுக்காய் மிரட்டும்
தடுப்பாய் மிரளாதே!
உன்னை சுற்றி திரியும் வெற்றியைத் தேடி
சோர்ந்து போகாதே !

நீ நீயா இரு
துணிந்து நட
தடுக்கி விழுவது தவறல்ல சகியே
முடங்கிக் கிடப்பது மூடத்தனம்
கண்களில் தெளிவு கொண்டு
எண்ணத்தில் வலிமை கொண்டு
உழைப்பினில் மகிழ்வு கொண்டு
வென்றிடு நீ வாழ்க்கை நன்று! !

மறைந்தும் மறையா மகாகவி

அந்தக் காலத்தில் அக்ரஹாரத்தில்!
அந்தகாரத்தில் அழுந்திக் கிடந்த அக்ரஹாரத்தில்!
வாளுக்கு வகிடு எடுத்த மீசையுடன்!
தமிழே வேதம் என்னும் ஓசையுடன் !
மனுதர்மத்தை தள்ளிவைத்து!
மானுட தர்மத்தை மனதில் வைத்து!
கருக்கொண்ட நல் நெருப்பாக !
தாய்நாடு அவர் பொறுப்பாக
எட்டயபுரத்தில் உதித்தது தமிழ் சுனாமி!
பாரதத் தாயின் ஒரே பினாமி !

எட்டையபுரம்
தந்த
தமிழினத்தின்
சக்தி !

பதினோராம்
அகவையிலே
கவிபுனையும்
யுக்தி !

பட்டம்
பயிலாமல்
பாரதி
பட்டம்..

கவிதை
புனைதலால்
பாரதிக்குப்
பட்டம் ..

அரண்மனை
பணியில்
இருந்து
சென்றாய் .!

கவிதைப்
படைப்பில்
விருந்து
தந்தாய் .!

பன்மொழிக்
கற்றதால்
பகலவனாய்
திகழ்ந்தாய் .!

தமிழ்மொழி
சிறப்பென
துணிவுடன்
மொழிந்தாய் .!

வீழ்வேனென்று
நினைத்தாயோ
விடியலை
விளம்பினாய் ..

பாஞ்சாலி
சபதத்தில்
விடுதலையை
விரும்பினாய் ..

சாதியை
எதிர்த்துச்
சாரதியாய்
போராடினாய் ..

சமத்துவம்
நிலைத்திட
கவிதைகளில்
நீராடினாய் ..

இதழியலில்
இதமான
இதயம்
நீ !

பாடல்களில்
தேடல்களான
வேள்வி
நீ !

உணர்வை
ஊட்டிய
உணவும்
நீ !

வறுமையிலும்
வதங்கா
தேசியகவி
நீ !

அஞ்சிய
இனத்திற்கு
அச்சத்தை
நீக்கினாய் ..

வாடிய
சமூகத்திற்குச்
வாட்டத்தினைப்
போக்கினாய்..

புதுக்கவிதை
மலர
புதுயுகம்
படைத்தாய் .!

புதுமை
மலர்ந்திட
அறைகூவல்
விடுத்தாய் .!

பெண்ணடிமை
ஒழிந்திட
எழுத்தினை
விதைத்தாய் .!

மண்ணடிமை
நீங்கிட
எழுத்துப்போர்
தொடுத்தாய் .!

சிறையிலும்
கவிதை
சிறப்பாக
மலர்ந்தது ..

மறைந்தாலும்
மகாகவி
நினைவுகள்
மலர்கிறது ..

எம் மொழியின் நிழல்

கல் தேய்த்து தீ கண்ட காலம் தொட்டு
கல்வெட்டு ஓலைகளின் வடிவம் தொட்டு
நல்ல சொல் தொட்டு நிற்கின்ற தமிழ்த்தாயே உன்
பாதம் தொட்டு நிற்கின்றோம்
எங்களை வாழ்த்திடம்மா
நமக்கு கவி சமஸ்தானம் தந்த எட்டய புரத்து
சமஸ்தானம்
முப்பாட்டன் பாரதியின் புதுக்கவிதை கொண்டு
நமக்கான ரசவாதத்தை
இச்சபை தேடி ! அருந் தமிழை வைத்து அடவு கட்டி
நற்றமிழால் நடுவு கட்டி என் மொழியை
உழவு கட்ட வந்தேன்!
அவனியிலே அங்குமிங்குமாக அயலர்மொழி தேடி
திரிந்த காலத்தில் மொழிக்கு முற்றுப்புள்ளி வைத்த
ஆதி மொழி எம் மொழி!
தமிழ் தமிழ் தமிழ் சொல்லச்சொல்ல சுகமான
மொழிஅறுஞ்சுவையும் மாளாது ஊறும் மொழி!
நுரையீரலையும் சுத்திகரிக்கும் மொழி! நாடி
நரம்புகளுக்கும் பயிற்சி கொடுக்கும் மொழி !
தமிழ் எண்ணி சுவாசித்துக் பார் அன்பு கொண்டவன்
ஆக்கும் உன்னை உனக்கு அடையாளம் காட்டும்
திரைகடலோடியும் நட்புக்காய் தோள் கொடுக்கும்
அருந்த அருந்த தன்னிலை உணர்ந்து
தலைவனாக்கும் மொழி! தமிழ் உடை அணிந்து பார்
தள்ளாடும் வயதிலும் மிடுக்காய் நடைபோடும்!
தமிழை கற்றவன் தரணிக்கே பாடம் சொல்வான்!

எப்படியும் வாழ்பவன் தமிழன் அல்ல இப்படித்தான்
வாழவேண்டும் நெறி கொண்டு வாழ்ந்தவன்
தமிழன்
வாழும் நிலத்தை ஐந்து ஆக்கினான்
பேசும் மொழியை மூன்று ஆக்கினான்
வாழும் வாழ்க்கையை அகம்
புறம் இரண்டாக்கினான்
ஏன் வீசும் காற்றையே வாடை தென்றல் கொண்டல்
கோடை நான்காக்கினான்!
ஆனால் ஒழுக்கம் என்பதை ஒன்றாக்கினான்
வாடும் பயிருக்கு வாடியவன்
கொடிய விலங்கிற்கும் போர்த்தியவன்
தமிழ் கவிபாடு மனதில் ஒட்டடை அண்டாது
தமிழ் ஓடுகின்ற ரத்தத்தில் பாசி படராது
நில அடையாளம் மாறலாம் உணவு அடையாளம்
மாறலாம் உடை அடையாளம் மாறலாம்
தாய்மொழி அடையாளம் தரணியில் மாறாது
மங்காது காப்போம் நம் மொழியே நம்
அடையாளம் !
நம் காவல்!
சபதம்ஏற்போம் மொழியின் நிழல் விலகாது
காப்போம்!
நன்றி!

(தமிழ்நாடு செந்தமிழ் கவிமன்றம் மற்றும் துரோணா பயிற்சி அகடாமி நடத்திய கவிதைப்போட்டியில் பொற்காசு வென்ற கவிதை)

ஏர் பிடிக்கும் இன்பம்

ஏர் பிடித்து
நிலம் மிதித்து
ஏற்றம் பெற்றிட
விதை விதைத்து..//

உலகறிய உணவிடும்
உழவனின் உள்ளம்
ஒருவன் என்றகந்தை
உதியாத் தலைவன்//

வான் முகம் நோக்கி
வரம் கேட்கும் பிறவி
வயிற்றைச் சுருக்கி
வளர்த்திடுவான் அப்பாவி//

ஏழை என்ற
முகவரி சூடி
ஏர்பிடித்து மண் சுவைப்பான்
ஏற்றமுண்டு அவனுக்கு
மனம் மாறவில்லை
ஏர்பிடித்தவனுக்கு.//

விதைகள் உறங்கிடாமல்
விழித்திருப்பான் விவசாயி
விடுதலைப் போரொன்றை
தொடுத்தே நிற்பான்.//

பாதனி யணிந்தவன்
பாதம் பதியான்
பதித்திடும் பாதமதில்
பயிர் மிதியுண்டால்
உயிர் துடிப்பான்.//

விழித்திருந்து
பயிருடல் வளர்ப்பான்
பசியாறி நாமுறங்க
பகலிரவு உழைத்திருப்பான்.//

உழவன் அவனே
உண்மைத் தலைவன்
உலகின் அவனே முதல்
உயிர்களின் முதல்வன்.//..

செங்காளை மாடு பூட்டி
செவந்தமண்ணில் கால்பதித்தால்
செவக்கும் அந்தச் சூரியனும்
செங்கதிரைப் பாய்ச்சியே//

ஏர்பூட்டி என் பாட்டன்
உழவுசால் ஓட்டினாலே
மகிழ்ச்சி எங்கும்
மண்ணில் பூத்திடுமே//

முத்துமணி நெல்தூவி
முறையோடு நீர்பாய்ச்சி
கொத்துமணியாய்
நெற் குவியல் கொண்டு மகிழ்வோமே//

ஏர்பிடிக்கும் இன்பம்போல்
ஏதுண்டு கண்டீரோ
ஏளனமாய்ப் பேசும்
இழிகுலந்தார் நீவீரோ//

தை பிறந்தால்
தலைசாய்க்கும் கதிரும்
தமிழன் என்பதாய்
தலை நிமிர்த்திப் போகும்//

ஏர்பிடித்து உழவன்எம்மை
ஏற்றம் கொள்ள வைத்தான்
வேர்பிடித்து மண்ணில்
விழைந்து நிற்கின்றோம்
நாம் ஏர் பிடித்தலே இன்பம் //

நாட்டுப்புற கலை பேணு

தந்தனத்தோம் போட்டுக்கிட்டு
தரிகிடதோம் சொல்லிக்கிட்டு
சொல்லெடுத்து வந்தேன் அய்யா
நம் முப்பாட்டன் கலை பாட!!!!!

இணையத்தை ஆள்பவளே என் தாயே
உலகாளும் நாயகியே தமிழ்த்தாயே
துணையாய் நீயும் வாருமம்மா!!!!!!!

உலகாண்ட உயர்ந்த குடி
உலகத்தில் ஆதிகுடி
பண்போடு வாழ்ந்த குடி
பார்போற்றும் தமிழ் குடி!!!

எத்தனையோ நாடு கொண்டும்
பறை கொட்டி வாழ்ந்து வந்தோம்
முட்டி புகழ் கொண்டு
முழவின் இசை தந்தோம்

வில்லெடுத்து செய்தி தந்தோம்
பண்ணாக கூடி நின்றோம்
முப்பாட்டன் காலத்திலே
தந்த கலை அத்தனையும்
கலசமாய் ஒளிரும் ஐயா

சொல்லி வச்ச கலையெல்லாம்
அள்ளி தந்த செல்வம் ஐயா

ஆடிப்பாடி வளர்த்த கலை
குரவைக்கொட்டி தீர்த்த கலை
பரிபாடிபதிந்த கலை
பார்தோறும் பரந்த கலை
இப்போ பட்டினியில் வாழும் நிலை!!!

பாடிப்பாடி வளர்த்த கலை
படிப்படியாய் தேயும் நிலை
அடியோடு அழிந்திடுமோ
ஆதி அய்யன் சேய்த கலை?
கரகாட்டம் கட்டி
கிறங்கடித்த இனம் எங்கே?
மயில் ஆட்டம் ஆடி
மதிமயக்கம் சனம் எங்கே ?
நயமாய் வளர்த்த கலை
நலிவடைந்து போய்விடுமோ
நாடிநாடி வளர்த்த கலை
நாதியற்று நின்றிடும்
தப்பாட்டம் ஆடி
இனப் பெருமை சொன்னவனே
தெம்மாங்கு பாடிய
தேன் தமிழை வென்றவனே
கூத்து கட்டி தெம்மாங்கு பாட்டு கட்டி
இனம் இனமாய் இருந்தாலும்
இணக்கமாய் வாழ்ந்தவனே!!

நாகரீக மோகத்தில் முகவரியற்று போனாயோ
வயிற்றை கட்டி வாயை கட்டி வாழும் நிலை
உற்றாயோ!!!

கலை என்றும் வாழ்வு என்றும்
தனிச்சு நாம வாழலேயே
தமிழும் கலையும் என
தனித்தனியே வரலாறு காணலையே
தக்க செய்தி சொல்ல
தந்திரமா கலைகள் எடுப்போம்
புத்தி எட்டு மட்டும்
முரசு கொட்டி முறையிடுவோம் !!!
எங்கே நீ போனாலும்
என் குடியில் இளைய மக்கா
நம்ம குடிகலை எல்லாம்
வாழும்படி நடந்துக்கப்பா !!
ஆயக்கலை அழிஞ்சுதுண்ணா
உன் அடையாளம் போகுதப்பா
பண்பான கலை அழிஞ்சுதுன்னா
உன் பண்பாடே போகுதப்பா !!!
கலைஞர் நிலை நலிஞ்சுதுன்னா உன் இனம்
புதைந்து போகும் அப்பா !!!
கண்ணாக காத்திடும் நீ கலாச்சாரம் போற்றிடும்
நம்ம கலைகளை கற்றிடப்பா ஆவணங்கள்
ஆக்கிடப்பா
மொழியாக கலையாக தனித்தனியே ஏதும் இல்லை
மொழியுடன் கலையாக அற்புதமாய் காத்திட அப்பா
தமிழ் கலை வரலாற்றைஆக்கிடாப்பா!!!!

உதவும் கைகள்

கொடை குணமும்
ஈகைமனமும்
இருப்பதனாலேயே
இன்னும்
இவ்வுலகு ஈரப்பதத்துடன் இனிக்கிறது !
அடையாளம் காட்டும் விதமாய் ஆங்காங்கே
உன்னதமாய் துளிர்க்கிறது!
உதவும் கைகளும்
உருகும் இதயங்களும்
தீபமாய் நிலைக்கிறது !
வாழ்க்கைக்கு உதவியாய்
உயர்வுக்கு வழிகாட்டியாய்
கதிர்வீசும்
சூரிய வெளிச்சமாய்
சுற்று பரப்பும்
அறிவொளியாய்
அள்ளி வழங்கும்
ஆன்மாக்கள்
ஆங்காங்கே
கொடுப்பதால்
நம்பிக்கை உயிர்க்கிறது !
நடைபழகும் குழந்தைக்கு
தடுமாறும் போது
தாங்கிப் பிடித்த கைகள் !
கனவுகவிழும் போது
உதிர்ந்து விடாதே
உத்வேகமாய் உயர்த்திய கைகள்
உதவும் கைகள்
உன்னதமாய் செழிக்கட்டும்!
மண் வாழ !மன்னுயிர் வாழ!

கர்ம வீரர் காமராசர்

மனிதன் வந்து போவான் மாமனிதன் தந்து
போவான்!!!
இவரும் அப்படித்தான் ;
தமிழ்நாடு கண்டெடுத்த தவப்புதல்வர் இவர்!!
பெருமைமிகு பாரதத்தின் கருப்புச் சூரியன் இவர்! !
விருதுநகர் நமக்காய் வித்திட்ட சீர்திருத்த உழவர்
இவர்!!
தமிழகம் தலை நிமிர திட்டம் இயற்றிய
பெரும்புலவர் இவர்!! கசங்கிய சட்டையில் அரசியல்
சூத்திரம் எழுதிய உத்தமர் இவர்!!
எழுத்தறிவித்து; இறைவனாய்
ஒளிர்ந்த தென்திசை இமயம் இவர்!!!
குலக்கல்வி சூல் முறித்து
நலக்கல்வி திட்டம் தந்த சீர்திருத்தச் செம்மல் இவர்!!
தொலைநோக்குப் பார்வையில்
உலகினை பகுத்தறிந்த பச்சை தமிழ் உழவன் இவர்!!!
கட்சியாம் ஏகபத்தினியைக்கரம்பிடித்து அடக்கமாய்:
அமர்க்களமாய்: அற்புதமாய் :
வாழ்ந்து காட்டிய ஏகபத்தினி விரதன் இவர்.!!!
ஊர்தோறும் கோவில் கட்டி மதிய உணவு
படையலிட்டு ஊர்கோலமாய் கல்வித் திருவிழா
நடத்திய
மறத்தமிழன் இவர் !!!
பாமரனின் பல்கலைக்கழகம் : பசித்தவனின் அட்சய
பாத்திரம் பாரதத்தின் முத்திரை மோதிரம் இவர் !!!

காந்தியைச் சொல்லாமல் ஒரு சொல் கூட
சொன்னதில்லை: சொல்லும் சொல்லில் ஒன்றுகூட
வீணாணதில்லை !!!
நம் கருப்புச் சூரியன் ஏழைப்பங்காளன் தத்துவ
குழப்பங்களால் தடுமாறியது இல்லை பதவி
சுகத்திற்காக
தடம் மாறியதில்லை !!!
கல்வி மேதை பள்ளி முடித்தவர் இல்லை
எங்கள் உயர் பண்பிற்கே இவர்தான் பாடத்திட்டம் !!!
இயற்கையாய் இந்த பூமிக்கு கிடைத்த
மானுட விருது இவர்.!!!
தலைமுறை தலைமுறையாய் சொல்லி
வைக்கவேண்டிய அவதார புருஷன் இவர்!!"
பொதுவாழ்க்கையில் அன்னையையும் அந்நியமாக்கி
நாடாண்ட செங்கோல் சீமான் இவர் !!
தலைநகரில் பச்சைத் தமிழனின் நிறம் குணம் மணம்
சொன்ன ஒற்றைப்போர் தலைவர் இவர்.!!
பதவி வேட்டியை பத்திரப்படுத்த
பரிதவித்தவரில்லை
புள்ளி விவரங்களை வைத்து பேட்டி கொடுத்தவர்
இல்லை !!!
களம் சென்று நிலைகொண்டு பதறும் உத்தமர்! !!
அறிக்கை விட்டு அரசியல் செய்தவர் இல்லை
அயராத உழைப்பை ஏழைப்பிழைப்பை அரசியல்
ஆக்கியவர் !!
கோட்டையிலிருந்து கோடை வெயில்
சொன்னவரில்லை : வானத்தில் மிதந்தபடி
வெள்ளத்தை
வேடிக்கை பார்த்தவர் இல்லை !!!
சிறையும் சிம்மாசனமும் இவருக்கு ஒன்றுதான்! !
குற்றப்பத்திரிக்கை வாசிக்க ஒன்னா தமிழகத்தின்
குத்துவிளக்கு இவர்! !!

இவர் கட்டிய அணை களில்தான்
இன்னும் எங்கள் தாகம் தீர்க்கிறது! !
இவர் தொடங்கிய தொழில் புரட்சியை
வைத்துத்தான் மார்தட்டி பிழைப்பு நடத்துகிறோம்! !
இவர் போட்ட சோற்றில் தான்
எங்கள் அறிவு பசி நீங்கி உலகை ஜெயிக்கிறோம்! !!
கொண்ட தலைவனின் ஜென்ம நாளில்
பூவுலகை தொடர்ந்த புனிதரே உண்மை
தொண்டரே! !!
ஐயா கருப்புச் சூரியனே நீங்கள்
புதைக்கப்படவில்லை
எங்கள் மனதில் விதைக்கப்பட்ட இருக்கிறீர்
தலைமுறை தலைமுறையாய் உமது சீர்திருத்த உழவு
தான்!! எங்கள் பண்பாட்டின் தரவு !!
நீர் ஒவ்வொரு தமிழனின் மனதின் கல்வெட்டு
காலம் வந்து மழுங்கடித்துவிடுமோ!!
எங்கள் மனதை விட்டு !நீர் வாழ்க !!!!உமது புகழ்
வாழ்க!!!!!

தமிழை தமிழால் பாடுவோம்

யாரு இவர் யாரு பாடு புகழ் பாடு !
தமிழ் பெருமை கொண்டது ஈரடியால் !
தமிழ் கர்வம் கொண்டவர் ஆவடி யார்!
தொல் தமிழ் உணர்வில் சுனாமி ஆவடியார்!
தமிழ்த்தாய் பெற்ற பினாமி ஆவடியார்!
இவர்முழங்கும் குரலில் தமிழ் தெறிக்கும்!
மனித நேயம் கண்டால் நெஞ்சில் ஈரம் துளிர்க்கும்!
அன்னை த்தமிழுக்காய் அகலவயல் கட்டி!
தமிழ் நாற்றுகளை வளர்த்தெடுக்கும்
சீர்திருத்த உழவன் ஆவடியார்!
கலைமாமணி பெற்ற தமிழ் மாமுனி ஆவடியார்!
கலியுகத்தில் தமிழ் அன்னை கொண்ட அவதாரம்
ஆவடியார்!
தமிழுக்கொரு பங்கம்வரின் பொங்குமாங்கடல்
ஆவடியார்!
முத்தமிழும் முழுதாய் கரைத்திட்ட பெருங்கடல்
ஆவடியார்!
தமிழ் எழுச்சி கொண்ட நாயகன் ஆவடியார்.!
தமிழர் எழுச்சி பாடும் உத்தமன் ஆவடியார்.!
ஒண்டாத பகைவனும் ஓய துஉரைக்கும்
ஒண்டமிழ் காதலன் ஆவடியார்!
சங்கத்தமிழ் முழங்கும் சந்தக் கவிஞர் ஆவடியார்!
தமிழ் சொல்லுக்கு பொருள் சேர்க்கும்
சூத்திரங்கள் அறிந்தவர் ஆவடியார். !
அனைத்திந்திந்திய சங்கத்தினரின் தமிழ் மந்திரம்
ஆவடியார்!
வியப்பின் வியப்பாக தமிழின் திகைப்பாக
சிறப்பின் சிறப்பாக !

முத்தமிழின் விதைப்பாக!
புண்ணிய பூமியில் தமிழின் புன்னகையாக!
சங்கத்தமிழ் வாழ்த்து பாட!
புதுமைத்தமிழ் புகழ் பாட!
வரும் தமிழ் வந்தனை செய்யும்
முத்தமிழ் பூஞ்சோலை ஆவடியார்!
தமிழ் பிரம்மாண்டம் பெருமிதமாய் மிளிர்கிறது
தமிழை தமிழால் பாடுவோம்!
யாரு இவர் யாரு பாடு புகழ் பாடு! !!

என் ஆசானும் என் பள்ளியும்

சிவப்பு மை பேனாகளால்
எங்கள் தலையெழுத்து திருத்திய
பிரம்மாக்கள் வாழும் கோயில் இது /
சொல்உளி கொண்டு
எங்கள் உள்ஒளி செதுக்கிய
சிற்பிகள் வாழும் கூடம் இது /
ஆண்டுகள் பலவாய்
பலர் அறிவு தாகம் ஆற்றிய அருவிகளுக்கு
தலை வணங்குகிறோம் /
இங்குதான்
நாங்கள் விதை இடப்பட்டோம்
என்பதில் பெருமை /
திரைகடலோடி ஜெயிக்கிறது
நீங்கள் ஊட்டிய திறமை /
எங்கள் மூளையில்
ஆணியாய் அடிக்கப்பட்ட அறிவு
தீபமாய் தூண்டப்பட்டது இங்குதான் /
இங்கு கருவாக்கப் பட்டோம்
இன்று பெரிதாய் உருவாகி இருக்கின்றோம் /
நாங்கள் வளைக்கப் பட்டோம்
நல்ல வில்லாகி இருக்கின்றோம் /
அறிவுமடி கிடத்தி
அத்துணை பிள்ளைக்கும்
அளவறிந்து ஊட்டிய அன்னையானவர்கள்
எங்கள் ஆசான்கள் /
தடுமாறும் போதும்
தடம் மாறும் போதும்

நேர்படுத்தி
நெறிப்படுத்தி
வழிப்படுத்தியவர்கள்
குருமார்கள் /
வார்த்தை கொண்டே
எங்கள் வாழ்க்கையை வடிவமைத்த
விஸ்வகர்மாக்கள் /
சாதியோ மதமோ
எந்தபேதமோம் தெரிந்ததில்லை இங்கு /
நல்லிணக்கத்தை வாழ்க்கைப்பாடமாய்க்கற்றோம் /
சுய ஒழுக்கத்தை வேதமாய் ஏற்றோம் /
உயிர் வசப்பட்டது பெற்றோர்களால் உலகம்
வசப்பட்டது இந்த கோவிலால் /
எங்கள் தாய்மடி சிறப்புற்று
சந்தானபாக்கியம் உற்று
செழித்து
தமிழ் போல் வாழ
இறையை வேண்டுகின்றோம் /

மௌனத்தின் மறைபொருள்கள்

கவிதை தாள்களை கையில் எடுக்கையில்
என் பேனாவின் மவுனம் காணாமல் போனது
மௌனம் இது வார்த்தை இல்லா ஞானப் புத்தகம்
நம்மை நாம் தேடிக் கொள்ள கிடைத்திட்ட
போதிமரம்
பறிமுதல் செய்ய முடியா மகத்தான ஆயுதம்
மொழிபெயர்ப்பில் தனிமொழி மௌனம்
கல் மவுனம் சாபமாய் நின்ற துண்டு
சாதித்த மவுனம் வரமாய் மிளிர்ந்ததுண்டு
கருவறை சிலையின் முதல்மொழி மௌனம்
உணர்வுகளின் மொத்த ப்புள்ளி மௌனம்
சோகத்தின் கடைசி புள்ளிப் மௌனம்
சுகத்தின் உச்சம் பட்சம் மௌனம்
காதலின் இச்சை மொழி மௌனம்
அந்திப்பொழுது தந்த ஆகாச சிவப்பு அழகான
மௌனம்
அலைகள் வற்றிய நடுக்கடல் திகிலான மௌனம்
மூடிய மொட்டின் கூம்பல் நேர்த்தியான மௌனம்
விரிந்த பூ வில் அலர்ந்த வரிசை மந்தகாச மௌனம்
வைகறை பொழுதின் உற்சாகம் மௌனம்
நெருங்காகாதலரின் நேசம் தேடலின் மௌனம்
தந்தையின் வைதலை பொறுக்கும் தாயின் அடக்கம்
மௌனம் யுகம் யுகமாய் பூமிப்பந்து சுழலும் ஓசை
வினோத மௌனம் வீணாய் பேசும் வார்த்தை அனல்
வீசும் பாவிகள் அறிய வேண்டிய பொக்கிஷம்
மௌனம்

மௌனத்தின் மறைவாய் யுத்தமும் உண்டு
மௌனத்தின் நிழலாய் ஞான சித்தமும் உண்டு
மௌனத்தின் களமாய் குற்றமும் உண்டு
மௌனத்தின் ரணமாய் ஆட்சி மாட்சிகளும் உண்டு
வார்த்தையின் பின்னே ஓடுகையில்
வாழ்க்கை அர்த்தம் புரிவதில்லை
மௌனம் நமக்குள் மலர்ந்து விட்டால்
புனர்ஜென்மம் எடுக்க தேவையில்லை
ஆசை வந்தால் மௌனியுங்கள்
கோபத்தில் மௌனியுங்கள்
புகழின் உச்சத்தில் மௌனியுங்கள்
உணர்ச்சிப்பெருக்கில் மௌனியுங்கள்
மௌனத்தின் மறைபொருள் ஆயுதம் கொண்டு
பயணித்தால் வாழ்க்கை இனிதாகும் நன்று
இத்துடன் என் பேனா மௌனிக்கிறது

கண்டு மகிழும் இன்பம்

பொங்கலோ..... பொங்கல்.
பொங்கலோ... பொங்கல்.......
புதுப் பானை பொங்கையிலே.
குலவை ஒலி கேட்கையிலே.
மகிழ்தின்பம் பெருகையிலே.
காணும் பொங்கல் பாடவந்தேன்...
கணுப்பொங்கல் பாடவந்தேன்
.நானிலமே கொண்டாடும்
நால்வகை பொங்கலிலே
முத்தான பொங்கல்
இது முத்தாய்ப்புப் பொங்கல் இது !
இன்பத்தை இடமாக்கும்
துன்பத்தை தூரமாக்கும்
சாயம் போன ஓராண்டை
சாயமேற்றும் பொங்கல் இது!
கோடியிலே பணம் உண்டு
ஊர் புகழும் திறம் உண்டு
அசைந்து அசையா சொத்து உண்டு
உனக்கும் எனக்குமாய்
சமூக உணர்வு அற்றுப் போனால்
மேற்காணும்வற்றிப்போகும்
அன்பைப் பகிர்ந்திட வும்
மரியாதை கொணர்ந்திடவும்
நட்பை வளர்த்திடவும்
நம் முதுகுடிகள் இட்டு வைத்த பொங்கலிது!
சமூகப் புரட்சிப் பொங்கல் இது!
அண்டை முகம் மறந்து
அகில ஒற்றுமை பேசுபவனுக்கு

அடி விட்டு பரம் பரை
தொட்டுச் சொல்லும் பொங்கல் இது!
பார்த்துப் பழகாசமூகம்
கண்டுகளிக்கா சமூகம்
சிதறிக்கிடக்கும் வெடிகுண்டு!
பகை உற்றுப்பார்த்தால் தீ பற்றிக்கொள்ளும்!
உள்ளத்தை உயர்த்திட ஒழுக்கத்தைப் பேணிட
பொல்லாமை ஒழிந்திட ஒற்றுமை பெருகிட
காரணத்தால் பொங்கலிது!
காணும் பொங்கல் இது கணுப் பொங்கல் இது !
ஏர் பிடிக்கும் ஏற்றமான பூமி இது!
ஊர் கூடி தேர் இழுக்கும் தேசமிது!
தனித்து வாழ நீ ஒற்றை பனையா?
கூடி தாகம் தணிக்கும் தென்னை தோப்பன்றோ!
அழ்ந்து ஆய்ந்துதேடினாலும் ஒற்றை பரம்பரைக்கே
பெயரில்ல தேசமுண்டு!
ஈரேழு பரம்பரைக்கும் உறவு சொல்லும்
தேசத்திலே.....
மாமன்மச்சான்... மதினி மச்சினிச்சி ...அங்காளி
பங்காளி வாசத்திலே ....
கண்டு மகிழ்திடவும்
செம்புலபெயல்நீராய் பிணைந்திடவும் ...
முப்பாத்தா இட்ட பொங்கல். ....
சொத்தான காணும் பொங்கல்.......
பொங்க விட்ட வீதியிலே
கண்டுநாமும் போகையிலே.....
பாத்திமா பனங்கிழங்கு தந்திடுவா ....
மேரி அக்கா சுண்டக்கறிசெய்திடுவா.......
உறிஅடிக்ககூடி நின்றிருப்பான் இனம் கடந்து
வேங்கை கூட்டமாய் ......
சுற்றும் பூமி மேலே சுழன்றிட வேலை பல உண்டு
முகம் மறந்து முகவரி தொலைந்து

பாவியாய் போவானோ...
சாத்திரமாய் சொல்லி...சடங்காய் காட்டி ...
கண்டு கழித்திட கலாச்சாரம் சொல்லிட
நம் முப்பாட்டன் இட்ட பண்பாட்டுப்பொங்கிலிது
காணும் பொங்கலிது ......
கணுப்பொங்கலிது......
குட்டிக்குழந்தைக்கும் பொங்கல் உண்டு
கட்டிடடகலை சொல்லி வைக்க பாடம் உண்டு
அழகியலை பூகோலமாய் காட்டிடும் பாங்குண்டு
கணுநாளில் சிறுவீட்டு பொங்கலுண்டு ......
அஃறிணையும் ஆசுவாசிக்க
ஐந்தறிவும் அரவணைக்க.
வீரம் செழிப்பாக
..விவேகம் உரமாக....
குலப்பெருமை வேராக .
.. அடுத்தடுத்த தலைமுறைக்கும் எடுத்து சொல்ல ...
கேட்டு தெரியவும்
கண்டு உணரவும் ...
ஐம்புலனும் ஆரவாரித்து புத்துயிர் பெறவும் ...
இன்பம் கூடி இதயம் புத்துயிர் பெறவும் ...
இட்டிடும்பொங்கலிது
இன்பமான பொங்கலிது
காணும் பொங்கலிது ...
கணுப்பொங்கலிது...
பொங்கலோ..... பொங்கல்...
பொங்கலோ.. பொங்கல் ......

உனக்காய் இறைவனின் கடிதம்

அன்புள்ள என் அணுவே ....
ஆண்டவனை கல்லாக்கி
மூதாதை முட்டாளாக்கி
ஏமாளியாய் நோயாளியாய்
முகவரி தொலைந்த என் கருவே
அப்பனுக்கு மனம் வலிக்கிறது
உன்நிலைகண்டு தினம் துடிக்கிறது
விஞ்ஞான புதையல் தேடி
மெய்ஞானம் மறந்து அடையாளம்
இழந்த அப்பாவியே!!
ஒரு யுகத்திலும் நான் கண்டதில்லை இத்தனை
மருத்துவமனைகள்!!!
மாறித்தான் போய்விட்டாய்
உன்னை நீ வென்றிடவே தந்த வரம் ஒன்று உண்டு
ஐம் பூதத்தை உன்னில் அடக்கிடவும் வழியுண்டு
உண்மையாய் சுவாசிக்க;
உன் பாட்டன் தந்த கலை
உலகாண்ட உன் மூத்தோர்
தினம் தினம் செய்த கலை !
புரியாத கையெழுத்தில்
சொல்லவொண்ணா பெயர் எழுத்தில்
மருந்து சீட்டாய் நீ கிழிந்து போகாதே
வாய்வழி சுவாசித்து நோய் வழிமறித்து
முட்டாளாய் ஆகாதே!
காற்றை வடிகட்ட சல்லடைஇல்லை நாவில்
காற்றுக்கு பஞ்சப்பட்ட உலகில்
எட்டும் காற்றை நுரையீரல் தொட்டு நீ பருகிவிடு

செரியா உணவு எரியாசக்தி
நோயின் வாசல்படி
தந்த வரம் யோகம்
நோய் தீர்க்கும் யாகம்
உன் முப்பாட்டன் வித்தை
இழந்து விடாதே உன் சொத்தை
மனக்கவலை மாற்று
மன உரத்தை ஏற்று
உயிர்த்தீயை உருட்டு
நெற்றிப்பொட்டில் திரட்டு
யோகம் வளர்த்துப் பார்
மலச்சிக்கல் மாயமாகும் மரணம் தூரமாகும்
ஐம்புலனும் உன் சொல்லுக்கு
அடக்கமாகும்
ரத்த ஓட்டம் சீராகும்
ஆரோக்கியம் நலமாகும்
உள்ளமும் உடலும் ஒத்துழைக்கும் போது
உலகமே உன் வசமாகும்
இப்படிக்கு உன்னை படைத்தவன் ....

சங்கத்தமிழ் புகழ் கலைஞர்

உடலும் உயிரும் கொடைசெய்த அம்மையப்பரை
வணங்கி
நெஞ்சம் அள்ளி கொஞ்சும் விஞ்சு மகள் கொண்ட
அஞ்சுகத் தமிழில் மஞ்சம் நெகிழும் மகிழம்பூ
சொல்லெடுத்து சீர் படைத்து யாழ் எடுத்து இசை
வட்டம் தமிழ் பா தொடுத்து கவிதை கண் கொண்ட
உலகாளும் நாயகிக்கும்
பாமரனின் தமிழ் ஆசான் முத்தமிழ் வித்தகருக்கும்
காவிய வணக்கம் கூறி
ஒரு கோடி தமிழர் அறிந்த ஒரு வரி தமிழ்
காவியத்தை
20 வரிக்குள் அடக்குதல் பேராசையே
ஒட்டுமொத்த தமிழினத்தின் அடையாளத்தை
கரகரத்த குரல் தமிழால் இறவாத காவியங்கள்
எதிர் கால ஓவியங்கள் தந்த அடித்தட்டு
மக்களின் அசுரப் பாய்ச்சலை
தொட்டு மட்டும் பார்க்கலாம் இங்கு
உயிரெழுத்து பெரியாரின் பாசறையில்
மெய்யெழுத்து அண்ணாவின் தமிழ் கொப்பரையில்
ஆயுதமாய் சுடச்சுட தமிழ் கொடுத்த
தனிமனித இலக்கிய யுகமே
தமிழ்மொழியின் முதுகெலும்பை நிமிர்த்திய
சூரியனே
கம்பரும் வால்மீகியும் தமிழை
வாடகைக்கு எடுத்த காலத்தில்
மானத் தமிழச்சி கண்ணகிக்கு சிலை எடுத்தாய்
இமயத்து வடக்கும் தெற்கை எட்டிப்பார்க்க
குமரி கடலோரம் குரல் ஆசான் சிலை வைத்தாய்

உன் மடியிலே தமிழை வைத்தாய்
தமிழனை தன்மானம் உணர வைத்தாய்
மறக்குல மாண்பு காட்ட
மாக் கதை செய்து வைத்தாய்
செப்படி வித்தை காட்டும் செந்நாபோதரே
சங்கத் தமிழின் அங்கமெல்லாம் அங்கவஸ்திரம் போர்த்தியவரே
விதவைக்கும் கைம்பெண்ணாய்
இரட்டை திலகம் இட்டவரே
தமிழ் காத்தாய் தமிழனாய்
எழுத்தாளர் காத்தாய் எழுத்தாளனாய்
கவிஞர்களை காத்தாய் கவிஞனாய்
அறிஞர் பலரைக்காத்தாய் பேரறிஞராய்
பலா கனியாய் குத்திய சங்கத் தமிழை
உரை உரையாய் சுளை செய்தீர்
இயற்றமிழ் பாடி எதுகை மோனை கொண்டு
மயக்கி இசை தமிழ் ஆகி வசந்த ஜாலம் புரிந்து
நாடகத்தமிழழாய் முத்தமிழையும் முத்தமிட்ட
முத்தமிழே தித்திக்கும் செங்கரும்பே
உன்னால் பாமரனும் அகம்புறம் படித்தான்
பண்டிதரும் இந்தி மோகம் ஒழித்தான்
குட்டி குழந்தைக்கும்
குறலோவியமாய் காவியம் செய்தாய்
மொழிபெயர்ப்பாளரும் முழி பிதுங்கும்
தொல்காப்பியப் பூங்காவாய் புது மரபுக்கவிதை சமைத்தாய்
தமிழ் செழிக்க வேண்டி செந்தமிழ் உரைகள் செய்தாய்
உன் சிரிப்பிலும் தமிழ் கசியும் முத்தமிழும்
உன் அடி நாவில் புரளும்
இதயத்துள் தமிழை இறுக்கி வைத்தவரே உன்
ஆறாம் விரல் ஆம் அண்ணாவின் பேனா தொட்ட

தமிழை விட்டுவிடாமல் தொடாத இலக்கியத்துறை
இல்லை என கண்ணேறு படாமல் செம்மொழியாம்
எம் மொழிக்கு மீள் உருவம்
கொடுத்தவரை உலகாள வைத்தவரை
ஒரு நூற்றாண்டாய் நம்மோடு வாழ்ந்து விட்ட
கண்முன் தமிழ் த்தாயை
சங்க இலக்கியமாய் தலைமுறைதோறும்
செலுத்துவோம்
தமிழ் தாய்க்கு கோவில் கட்டியவருக்கு தன்மான
தமிழனின் நெஞ்சுக்குள் கோவில் வைப்போம்
தமிழை கொண்டாடுவோம் சங்கத்தமிழ் புகழ்
கலைஞரை கொண்டாடுவோம்

நற்றமிழ் பரிதி வாழியவே

பத்தொன்பதாம் நூற்றாண்டில் தோன்றிய
மங்காத தமிழ்ச் சூரியனே!
தமிழை தன்னுள் விதைத்த தமிழ் வித்தே!
திராவிடத்தின் போர் வாளே
உம்மை முத்தமிழ் வல்லோன் என்றாரே !
செந்தமிழ் பற்றுக்கு துடித்தீர்!
நாடகத் தமிழுக்கு உழைத்தீர் !
யாழ்ப்பாண தாமோதர கவியும் திராவிட
சாஸ்திரி என ஓதிட நிலைத்தீர்!
தமிழ் தழைத்தால் பூவுலகம் நிலைக்கும் வாதிட்டீர்
மறை வேதம் கண்ட உமக்கு தமிழ்வேதம் மூச்சானது
உன் மும் மொழிப்புலமை காட்டும்உம் திறமை
வடமொழியை தமிழ்மொழி வரலாற்றில் தோல்
உரித்தீர்
பாண்டித்துரை தேவரின் செந்தமிழ் இதழில்
உயர்தனிச் செம்மொழி தமிழே முதலாய் பறையடி
தீர்
பிரித்தானியர் திணித்த ஆங்கிலம் செரிக்காத உணவு
வாதிட்டீர்
நீர் ஆசிரியர் பேராசிரியர் உரை ஆசிரியர் நூல்
ஆசிரியர் பதிப்பாசிரியர் இதழாசிரியர் இன்னும்
இன்னும் இன்னும்
ஆயிரம் பதவிகள் உண்மை அலங்கரிக்க வந்தாலும்
தமிழ்மொழி துச்சம் ஆவது கண்டோம்
வீடு வீடாய் கதவைத் தட்டி ஏழு ஈடாய்
தமிழ் முட்டி வடிய செய்தீர்
திராவிட பாஷா சங்கம் தந்தீர்
வடமொழித் திருட்டு பங்கம் வென்றீர்

உமக்கு சபாபதி முதலியார் ஊட்டிய தமிழ்
முத்துமுத்தாய் எங்கள் பரம்பரை
தமிழ் சொத்தாய் விளைவித்தீர்
தாய் மீது பற்று உடையோர் உண்டிங்கு
தாய்மொழி பித்துகொண்ட வித்தகர் நீர்
விவேக சிந்தாமணி
உம் விவேகம் சொல்லும்
உம் நாடகவியல் உம் நவரசம் வெல்லும்
தனித்தமிழ் இயக்கத்தின் விடிவெள்ளியே
அகவை முப்பதைத் தாண்டி நீர் வாழவில்லையே
உன் படைப்புகள் மொழி விளையாட்டா
என்ன உயிர் தீயில் பூத்த தமிழ் பூக்கள் அவை
இன்றைய பரிதிமார் சரித்திரம் பாடட்டும் நம்
சந்ததிகள் தினம்தினம் உன் வழி நின்று நம் மொழி
காப்போம்

சும்மாவா வந்தது சுதந்திரம்

சுதந்திரம் என்று சொன்னாலே
என் பேனாவும் சூடாச்சு
எடுத்தசொல் அத்தனையும்
அக்கினிக்குஞ்சாச்சு
சும்மாவா வந்தது இந்த சுதந்திரம்?
மண்டையில் மணி அடிச்சாச்சு
மணி மணியாய் ஞாபகங்கள் நிழல் ஆச்சு
என் பாட்டன் சொல்லி வச்ச செய்தி
நினைவில் உதிச்சாச்சு
நாட்டுப்பற்று என்று சொல்வார்
சுதந்திர மூச்சு என்று கதை ப்பார்
உரிமை என்று வந்தாலே
விரட்டியடித்த வெள்ளையனை
திருப்பி அடித்த தமிழன் வீரம் சொல்வார்
கேட்டுக்கேட்டு உரம் ஆனேன்
என் தாய்நாடு என்று உயிரானேன்
காந்தியின் கைப்பிடித்தேன் என்பார்
அவர் எலும்பு உடலில் பாரதத்தில்
ரேகைகள் கண்டேன் என்பர்
அவர் சொல்லிவைத்த பாரதத்தை
இங்கு அள்ளி வைத்து கவி பாட வந்தேன்
நீங்களும் செவிமடுத்திடுங்கள்
உயிரெல்லாம் அக்றினை நிலை வைத்து
மண்ணிற்கு எல்லாம் ஆங்கிலத்தில் பெயர் வைத்து
என் மூச்சை நான் எடுக்க எனக்கே வரிவைத்து
ஆடை முதல் சோறு வரை
மாற்றி வைத்த வெள்ளையனை
மானத்தமிழன் மாற்றி அடித்த சரித்திரம் உண்டு

எப்படி பெற்றோம் இந்த சுதந்திரம்
எண்ணியே பார்த்திடு நீ தினம் தினம்,
நம் தியாகிகளின் நெஞ்சத்தை
தூக்கு மேடைகள் துலங்கிடும்
சித்திரவதைகளை சிறைச்சாலைகள் செப்பிடும்
விடுதலை வேள்விக்கு
தன் குருதியை ஆகுதியாக்கிய
புனிதர்கள் தந்த சுதந்திரம் இது
புனித யாத்திரை செல்பவனே
நீ போகவேண்டியது
ஜாலியன்வாலாபார்க் புனித தளத்திற்கு
அவர்கள் வாழ்ந்த பாரதத்தில் நாமும் வாழ்கிறோம்
நாடென்ன செய்தது எனக்கு பிதற்றாதே
நீ என்ன செய்தாய் அதற்கு மறக்காதே
நம் பாரத நாடு பழம்பெரும் நாடு
நெஞ்சில் கொண்டு தினம் தினம் பாடு! !!!!!!

ஆசை

சிற்பத்தின் சிரிப்பாய்
மாறாத மறையாத
சின்னச்சின்ன ஆசைகள் /
பட்டுக் குழந்தையின்
தளிர் கரத்தில்
கூட்டுக்குடும்பத்தின்
குதூகலிப்பில்
கண்ணியம் காக்கும்
காளை நெஞ்சினில் சிக்க ஆசை /
மேனி சிலிர்க்கும்
மெல்லிசையில்
மெய்மறக்கும் சிற்பங்களில்
மனதை வளைக்கும்
மணதில் மயங்க ஆசை /
மின்னலாய் தீயையும்
தண்மையாய் நீரையும்
தன்னுள் தாங்கி
மண்ணுயிர் வாழ
மழையாய் பொழியும்
முகிலின் கரைய ஆசை /
என் பசி போக்கி
பின் தன் பசியாறும்
அன்னையின் கையால்
ஆயுள் முழுவதும் உண்ண ஆசை/
கண்டவுடன் காதல் எனும்
பித்தர்களை காணும்போதெல்லாம்
சிரிக்க ஆசை /

மதத்திலிருந்துமதச் சண்டைகளையும்
பணத்திலிருந்து ஆணவத்தையும்
பிரிக்க ஆசை /
விடியலின் கனவுகளையும்
நல் இதயங்களையும்
சிறை எடுக்க ஆசை /
உதிரம் சிந்தி
உயிரை சிந்தி
உலகம் காக்க ஆசை /
இவனும் மனிதன் என்றில்லாமல்
இவனே மனிதன் என்று கூற கேட்டு
மகிழ்ந்த பின் மரிக்க ஆசை/

கல்லூரிப்பக்கம்

வியர்வைத்துளிகள்

நெற்றி வியர்வை
நிலத்தில் சிந்தி உழைத்தால்
வெற்றி கனிகள் விழுந்திடும்
நம் மடியில் /
வியர்வை என்பது விளையாட்டல்ல
வியர்வை ஒன்றே
விதிகளை மாற்றும் /
உழவன் வியர்வை
உணவை க்கொடுக்கும்
நெசவாளி வியர்வை
மானத்தைக் காக்கும் /
மருத்துவர் வியர்வை
உயிரை மீட்கும் /
பாட்டாளி வியர்வை
உலகை இயக்கும் /
விஞ்ஞானி வியர்வை
புது யுகத்தை க்காட்டும் /
தோழா
படிக்கும் தத்துவத்தை
பாடத்தோடு நிறுத்தாமல்
செயலில் இறங்கி
சாதனை நிகழ்த்துவோம்
வியர்வைத் துளிகளே
உயிர் வாழ்விற்கு விமோச்சனம்
அதுவே
நமக்கு த்தரும் சிம்மாசனம் /

எழுந்து வா

சத்தமிட்டே
பழக்கப்பட்ட நாம்
கடைசியில்
வாழ்ந்ததற்கு சாட்சியே இல்லாமல்
செத்துப் போகின்றோம் /
இளைஞன் எப்படியும் வாழலாம்
என்று யார் சொன்னது/
இப்படித்தான் வாழ வேண்டும் /
இலக்கணமாய் வாழ்பவன் தமிழன் /
அருவி பொங்கினால் -வெள்ளம்
காற்று சீறினால் - புயல்
பூமி அதிர்ந்தால்-பூகம்பம்
இளைஞனே நீ புறப்பட்டால் புதுயுகம்
பள்ளி அறையில் படித்து மட்டுமே
உனது சரித்திரம் சரிந்து போய் விடக்கூடாது/
கருவறையிலிருந்து வந்துவிட்டோம்
ஏதும் சாதிக்காமல் கல்லறைக்குள்
காலடி வைக்க மாட்டோம்
கர்வம் வேண்டும் உனக்கு
இந்தப் போராட்ட பூமியில் பிறந்தவன்
ஒவ்வொருவனும் ஆள வேண்டும்
அதன்வழி ஜனநாயக சாம்ராஜ்யம் வாழ வேண்டும்
அப்போது வாழ்க்கை வசப்படும் வல்லரசு
புலப்படும்
இளைய பாரதம் உருப்படும் /

கையூட்டு

நண்பா
துட்டு கொடுத்து துட்டு கொடுத்து
பட்டுப்போகாதே /
அரசின் சட்டம் உண்டு
மார்க்கமுண்டு மறந்து போகாதே /
நண்பா உன் கை
கையூட்டில் பிந்தட்டும்
வாயூட்டில் முந்தட்டும்/
லஞ்சம்
கொடுப்பவன் இன்று கெட்டான்
வாங்குபவன் நின்று கெட்டான் /

அழுகை

கண்கள் குளித்து
தன்னை சுத்திகரித்துக் கொள்கின்றன /

சோகம்

குயிலென ஜெனித்திருந்தால்
கூவியாவது சோகத்தை தீர்த்திருப்பேன்/ மழையாக
உரு இருந்தால்
கண்ணீரைக் கொட்டியே
கரைந்திருப்பேன்/
மலராக நான் பிறந்திருந்தால் இதழை உதிர்த்தாவது
கழித்திருப்பேன்/
நிலவாக படைத்திருந்தால்
நினைவுகளை தேய்த்தே
மறந்திருப்பேன்/
மனித மனத்தோடு
பிறந்துவிட்டேன்
சோகங்களை சுமையாகி
வாழ்கின்றேன்/

முரண்

நிர்வாணத்தை விற்று
ஆடை வாங்கும் விலைமாது /
முழம் முழமாய் விற்றாலும்
ஒற்றைப் பூ வைத்ததில்லை
விதவைப்பூக்காரி/
சாப்பிட்டேன் பழையசோறும் சுட்டது
என் புதுப்பெயர் தண்டச்சோறு/

சுவரெல்லாம் போஸ்டர் ஆடை
பார்வையில் தெரிவது நிர்வாணம்/

இந்தியனும் விண்ணைத்தொட்டான்
விலைவாசி உதவியுடன்/

சமத்துவ சின்னமாய்
நிறுவப்பட்டவர்கள்
சாதிச்சண்டைக்கு
துணை போயினர்
சிலைகளாய் /

துளிப்பா

நெட்டுருப்போட்டது
செரிக்கவில்லை
தேர்வுத்தாளில் வாந்து /

இளம் செருப்பு
பயமறியாது கடிக்கிறது/
சிறுநீர் கழிக்காதீர்
சொல்லியது சுவர் /
நாய்கள் அறியுமா/
குற்றால அருவி
சத்தமாய் விழுந்து அழுதது
அசுத்த மனிதர்கள்/
பறித்த போது இல்லாவிட்டாலும்
மிதித்த போது கோபங்கொண்டன
மலர்காத்தமுட்கள் /

வறுமையின் வேதம்

வேதத்தை கட்டிக்கொண்டு நீங்களே அழுங்கள் !
சாதத்தை மட்டுமாவது எங்களுக்கு கொடுங்கள் !

நாட்டுப்பற்று

கொஞ்சமாவது நாட்டுப்பற்று வையுங்கள் என்றால் /
கொஞ்சும் நாட்டை பற்ற வைக்கிறார்கள் சிலர் /
சுதந்திர தினமும் , குடியரசு தினமும்
வந்துதான் ஞாபகப்படுத்தியது நாட்டுப்பற்றை/

அறியாமை

விடிந்த பின் தான் உணர்ந்தேன்
உறங்கவில்லை என்பதை/
நடந்த பின் தான் தெரிந்தேன்
பாதை தவறு என்பதை /
பட்டபின் தான் அறிந்தேன்
செய்தது பாவம் என்பதை /
வெளிச்சம் கண்ட பின் தான் பார்த்தேன்
இருட்டில் இருந்தேன் என்பதை/
இறந்த பின்தான் உணர்வேனோ
வாழவில்லை என்பதை /

அன்புத் தோழியே...

தொடக்கத்திற்கு முன் தயங்காதே
தொடங்கியபின் நடுங்காதே
இடையில் உறங்காதே
துயர் கண்டு பதுங்காதே
அல்லல் கண்டு துவளாதே
வெல்வாய் நீ கலங்காதே
ஒரு நாள் நிச்சயம் விடியும்
அது உன்னால் மட்டுமே முடியும் !

மனிதா

சாதிகள் என்றும் மதங்கள் என்றும்
சொன்னது தாய் தந்தை தான்/
ஆனால்
கேட்டது அரசு பள்ளிகளும்
அரசாங்க வேலைகளும்/
சாதிகளை ஒழிப்போம்
மதங்களை எரிப்போம்
என்றது அரசு/
அதே தலைவர்கள் தான்
ஆட்சி எனும் யாகம் வளர்க்க
சாதியை நெய்யாக்கி
மக்களை கட்டைகளாக்கி போட்டனர்/
அதில் எரிந்து போனது
மக்கள் மட்டுமல்ல
மனித மாண்புகளும்
நம்பிக்கையும்தான்/
எத்தனையோ
தலைவர்கள் தோன்றினாலும்
இறந்தது அவர்கள் மட்டும்தான்
சாதிகள் அல்ல/
மனிதா போதும்
இனியும் வேண்டாம்/
பாரதத் தாயின் சேலை
சாதித் தீ ப்பற்றி எரிய வேண்டாம்/

பன்னீரில் குளிக்க ஆசை இல்லை
செந்நீரில் குளிக்காமல் இருந்தால் போதும் /
உயிரைக் கொடுக்கச் சொல்லவில்லை
உயிரை எடுக்காமல் இருந்தால் போதும்/
மகாத்மாவாக வேண்டாம்
மனிதனாக இருந்தால் போதும் //

வாழ்க்கை

கனவுகளின் முன்னே
உணர்வுகளின் சாட்டம்!
உழைப்பின் பின்னே
வாழ்க்கையின் ஓட்டம்!
பந்தியின் முன்னே
காக்கையின் ஈட்டம்!
பயணத்தின் பின்னே
கலைந்திடும் கூட்டம்!
பணத்தின் முன்னே
உறவுகளின் நாட்டம்!
வறுமையின் பின்னே
அனாதை வாட்டம்!
உதவிகளின் முன்னே
உறிஞ்சும் அட்டையின் சீற்றம்!
கையேந்தும் பின்னே
உள்ளடங்கும் ஆமையின் தோற்றம்!
பாசத்தேடலின் முன்னே
ஏக்கமே வரமாய் காட்டும்!
சொல்லியே பின்னே
செல்லும் வாழ்க்கை முன்னோட்டம்! .

தானப்புரட்சி

விழித்திடு விரைந்திடு என் தோழா
தானப் புரட்சி செய்வோம்!!!
மனிதன் வந்து வந்து போவான் !!!
மாமனிதன் தந்து விட்டுப் போவான்!!!
தான ப்புரட்சியில் மாமனிதன் ஆகிவிடு !!!!
விந்துவின் விளைச்சலாய் ஆயிரம் பேர் இருப்பர்!!!!
விந்தையின் விளைச்சலாய் சிலர் மட்டுமே
சிறப்பர்!!!
விந்தாய் மடியாமல் விந்தையாய் ஒளிர்ந்துடு!!!!
மண்ணுயிர் காப்பது மழைத்தானம்!!!!
மனிதம் காப்பது இத்தானம் !!!!
மக்கும் பூதவுடலுக்கே மறு உருதருவது இத்தானம்!!!!
படைக்கும் தொழிலை செய்திட்டே
இறையாய் உன்னை ஆக்கிடும் இத்தானம்!!!!
அன்ன தானம் கொடுத்தால் ஒருவேளை நிறையும் !!!
உடல் தானம் கொடுத்தால்
ஒவ்வொரு துடிப்பிலும் மலரும்!!!!
ஆன்மா அழியாது இது மெய்ஞானம்!!!!
பூத உடலும் புத்துயிர் பெறும் இது விஞ்ஞானம்!!!!
இம்மை மறுமை எம்மை வினைப்பயனும்
தூசாகி பறந்திடும் !!!!
இளம் தளிராய் தள்ளாடும் கிழமாய்
உயிர் பல பிரசவித்து மறுத்தாய் ஆக்கும்
இத்தானம்!!!!
மனிதத்தின் மறுசுழற்சிஇத் தானம்!!!!
மண் தின்னும் உடலை மகத்துவம் செய்வது
இத்தானம் !!!!

இருளான உலகிற்கு சுடர் தீபம் ஆவது இத்தானம்!!!!
வாழும் வரை வள்ளல் ஆனான் கர்ணன்!!!
வாழ்வின் பின்னும் வள்ளல்ஆவோம் நாம்!!!!
பெண்மையோ உதிரத்தை பாலாக்கி ஊட்டி
உன்னத தானம் செய்கிறது !!!!!
உதிரத்தை உயிராக்கி ஊற்றி
நீ மனிதநேய தானம் செய்து விடு!!!
வெற்றியை இலக்காகும்
ஒவ்வொரு போராளிக்கும் தேவை நிதானம் !!!!
இறந்தவர் உலகை அர்த்தமாக்க
இறந்தபின்பு செய்திடு கண்தானம்!!!!
வீழும் உடலை விதையாக்கி
பல உயிர் செய்திடத் தேவை உடல்தானம்!!!
ஐந்தாறு லிட்டர் அழுக்கு திரவத்தை அடிக்கடி
தூர்வார செய்திடு நீ இரத்ததானம் .!!!!
நம் புரட்சிக்கு வெடிகுண்டு வேண்டாம்
ஆயுதம் வேண்டாம் மனிதம் வேண்டும்
மகத்தான நேயம் வேண்டும் !!!!
உலக மக்கள் உயிர் வாழ உடல்
(உதிரம் கண்)கொடுப்போம் யாவரும்!!!
மனிதத்தால் ஒன்றிணைய
தானப் புரட்சி செய்வோம் யாவரும் !!!!!

முத்தான மூன்று தானம்! !

உயிர் காக்க உதிர தானம்! !
மனிதம் காக்க உடல்தானம் !!
இருளை நீக்க கண்தானம் !!
மண் தின்னும் உடலை
மனிதம் ஆக்குவது உடல்தானம்! !!
ஒளியற்ற உயிரைஇன்பம் ஆக்குவது கண்தானம்! !
மாசான உடலை மணற்கேணி ஆக்கும் ரத்ததானம் !!!
ஒரு உடல் கொண்டு பல உயிர் காக்கும் உடல்
தானம்! !!
ஏழேழ் பிறவிக்கும் அழியாது வாழ செய்திடு
கண்தானம் !!!
உற்றார் உறவினர் என்று இன்றி
எவ்வுயிரும் நம் உயிராக ரத்ததானம்!!!
இருந்தும் வாழலாம் மறைந்தும் வாழலாம்
செய்துவிடு உடல்தானம்! !!
மூடநம்பிக்கைக்கு மகத்தான உடலை இழக்காதே
பொன்னான உடல் கொண்டு பொக்கிஷமான உயிர்
செய்திடு! !!
பார்வை தரும் கண்கொண்டு பலர் வாழ்வில் ஒளி
ஏற்றிடு
மனிதம் வாழ மகத்துவம் ஜெயிக்க
மனிதம் விதைப்போம் முத்தானங்கள் செய்வோம்
அவையே முத்தான உடல்தானம் கண் தானம் ரத்த
தானம்! !!

இசையே...

சுவாசித்தேனே உன்னை முதன்முதலில்.....
அம்மாவின் மூச்சுக்காற்றில் கீதங்களாக.....
தொட்டிலின் சத்தத்தில் கேட்டேனே உன்னை
ராகமாக......
பள்ளி சென்றேன் உன்னை
முணுமுணுத்துக்கொண்டே பாடகியாக......
என் இளமையை உன்னுடன் கழித்தேன்
நீ என் காதலனாக.....
உன்னோடு கைகோர்த்து பாடினேன்
கற்பனை காதலியாக.....
செல்லமாக தாலாட்டி மகிழ்ந்தேன் அன்னையாக....
நீயின்றி நானில்லை என உணர்ந்தேன்
ஒவ்வொரு இரவும் ....சின்ன சின்ன தூறல்களாக ,
அழகிய மலர் இதழ்களாக, வண்ண வானவில்லாக..
பனித்துளிகளாக கலந்தாயே
நீயும் என் மூச்சுக்காற்றில்..
இசையே என்னை ஏந்திக்கொள் உன் மடியில்

தன்மானம்!!

தனிமையில் தலைகுனிய
பொது வெளியில் கௌரவமா?!

தன் மானம் அடகு வைத்து
வெகு மானம் கிடைக்குமா?!

குனிந்து கும்பிடு பவனே
நிமிர்ந்து வாழ்பவனா?!

குனிந்து வேருக்கு
வார்க்கும் நீர்
நிமிர்ந்த செடியில்
பூவாய் பூக்குமா?!

காலத்தை வென்றவர்கள்
தன்மானம் விட்டவர்களா?!

காந்தியின் கதையும்
அரிச்சந்திரன் கதையும்
அதற்கு உதாரணமா?!

ஓரிடத்தில் விட்டு கொடுக்க
மறு இடத்தில் மதிப்பா?!

மதிப்பிழக்காத கௌரவம்
மனிதர்க்கு இல்லையா?!

ஒண்ணுமே புரியலே
உலகத்திலே!?

தன் மானம் சிதறாமல்
தலை நிமிரும் இடம்
இரண்டு!?

கற்கும் கல்வியில்
முதிர்ச்சியும்!
அலுவலகத்தில்
கடின உழைப்பும்!

ஆசானிடம் அடிமையாதல்!
அதிகாரிக்கு அடிப்பணிதல்!

வாழ்வில் இழுக்கெனின்....
சாதித்தவர்கள் சரித்திரம்
சங்கடத்தை நிதம்
சொல்லும்!?

புத்தாண்டே வருக

புத்தாண்டே வருக
புத்துணர்வை தருக..

மூச்சு முட்டவைக்கும்
முகக்கவசம் வேண்டாம்..
சுத்தக் காற்றினை
சுதந்திரமாக சுவாசிக்க வேண்டும் ..

மிதக்க வைத்திடும்
வெள்ளம் வேண்டாம்..
நனைக்க வைத்திடும்
மழை வேண்டும்..

மையம் கொண்டிடும்
புயல் வேண்டாம்..
மேனி வருடிடும்
தென்றல் வேண்டும்..

விண்ணை முட்டும்
விலைவாசி வேண்டாம்..
வாங்கும் வசதிகள்
வசப்பட வேண்டும்..

அணுகுண்டு சத்தங்கள்
எங்கும் கேட்க வேண்டாம்..
மொட்டு விரிந்திடும்
சத்தம் மட்டும் வேண்டும்..

கோரவிபத்து போர்கள்
நடக்க வேண்டாம்..
கண்டங்கள் எங்கும்
அமைதி வேண்டும்..

எந்த வைரசும்
உருமாற வேண்டாம்..
இருக்கும் வைரசுகள்
ஒழிய வேண்டும்..

மனிதநேயம்
மலரவேண்டும்
மதவேற்றுமை மறையவேண்டும் .
வளமும் நலமும்
பெருகவேண்டும் .
வையம் முழுதும்
செழிக்கவேண்டும்.
வேண்டுவன பெறுக ......பெருக.....
புத்தாண்டே வருக
புத்துணர்வை தருக..

விடுதலை வேள்வியில் வீரத்தமிழர்கள்

விடுதலை வேள்வியில் வீரத்தமிழர்கள்//
வித்தாய் விதைந்த முத்திரை மனிதர்கள்/
அன்னியம் எதிர்த்த அக்கினி க்குஞ்சுகள் //
அடங்க மறுத்த அன்பான நெஞ்சுகள்//
அறமும் மறமும் ஏற்ற சீயங்கள் //
சுதந்திர வேள்வியின் அணையாத தீபங்கள் //
அடிமை ஒழித்த சரித்திரச் சாவுகள் //
வேண்டியே பெற்ற செருக்கான காவுகள் //
தடியடி வாங்கியும் குண்டடிதாங்கியும் //
புறமுதுகிடா தாய்த்தமிழ் மறவர்கள்//
புறமுதுகிடா தாய்த்தமிழ்மறத்திகள் //
நெஞ்சுரம் நிமிர்த்திய சுதந்திர சோதிகள் //
தேசீயம் தெய்வீகம் ஒன்றே சாதிகள்//
சிந்திய குருதிகள்..மங்காத தழும்புகள் ..//
நமக்கான வரலாறுகள் நமக்கான அடையாளங்கள்//
இந்த பாரதம் இன்ப பாரதம்
தந்த தமிழனை தனித்தமிழ் சூரனை //
நாம் தலைமுறை தலைமுறைக்கும் பாவுவோம்//
பாமலர் தூவுவோம் பண்பாடி கூடுவோம்//
விடுதலை வேள்வியில் வீரத்தமிழர்கள் //
வீரமாய் விதைக்கப்பட்ட முத்திரை முதல்வர்கள் //

அப்பாவின் பரம்பரை

அன்புள்ள அப்பா...
நான் முத்தமிழ் சொல்லேடுத்து அனைத்து
அப்பாவின் பரம்பரைக்கும். ஒரு கவி செய்கிறேன்
அப்பா. உங்கள் பின்னோட்டத்திற்காய்
காத்திருக்கிறேன் ....

அப்பாவின் பரம்பரை

முன்னைக் குடிப்பிறப்பிற்கு
அணுக்கருவாய் இருந்தவரே!!!!
இனமாய் கூடி அழைத்தவரை
அயராது காத்தவரே!!!!
உம் பெயர் ஒலிப்பதிலே
உதிக்கிறது என் பெருமை!!!!!
ஊர்பட்ட உறவினிலே
நீதானே மிக அருமை!!!!!
தங்கிய கருவறையோ
ஒரு பத்து திங்கள்.!!!!
விழும் போது தாங்கிட்ட
கைதானே தூண்கள்.!!!
உயிர் தந்த தாய் அவளோ
வாழ்வில் திறந்த புத்தகம்! !!!
பலர் வாழ்வில் அப்பாவோ விளங்க முடியா
அற்புதம்!!!!!!
அம்மாவின் அன்பதுவோ
அலை கடலாய் இருக்கும்!!!
அப்பாவின் அன்பதுவோ

நடுக்கடலாய் மிரட்டும். !!!!
இறைவனுக்கும் இவருக்கும் ஒரு புள்ளி
வேற்றுமை!!!
கண்முன்னே வாழும் தெய்வம் என்பதுவே
ஒற்றுமை! !!!
நம்பிக்கை கொடுப்பதிலே எப்போதும் விதை
எழுத்து! !!
பக்கத்துணையாகும் பெயரின் முதல் எழுத்து!!!!
அலங்காரம் இல்லா சொக்கத்தங்கம் இவர்!!!
ஆசைகளை தவமாக்கும் வீர மிகு சிங்கம் இவர்.!!!
வியர்வைத்துளிகளை உரமாக்குபவர். !!!!
சந்ததிகளை வளமாக்குபவர்!!!
உன்னதம்.உழைப்பு. நேர்மை இவர் மொழியாகும்! !!
பண்புற்று வாழ அதுவே
நமக்கு வழியாகும்!!!
அப்பாவின் பரம்பரையோ கவி வரிக்குள்
அடங்காது!
ஏதார்த்த காப்பியத்தைப்பாட அந்தாதி போதாது!!!
முக்கனியில் பலாவின் முட்களாய் இவர்
இருப்பார்.!!!
முற்றும் உணர்ந்திட்டால் சுளை சுளையாய் இவர்
இனிப்பார்!!!!
சட்டைப்பை வங்கியிலே நம் தேவைகள் கரைப்பார்!
!!!!மெழுகாய் தினம் தினம் ஒளியாகி மெலிவார்.!!
நம் தோல்வியின் கண்ணீரும் இவரே!!!
வெற்றியின் களிப்பும் இவரே!!!
அப்பா இதுவே அனைவருக்கும் வசந்த கால
மந்திரம்!!!
நாம் வளமுடன் வாழ
போற்றி வணங்கிடுவோம் தினம் தினம்!!!!!

வரம்

இறைவன் முன் வந்தால் .
உலகம் சிரிக்க வழி கேட்பேன்
மானிடருக்கு நோயே இல்லா உடல் கேட்பேன்
எனக்காய் உலகம் கேட்பேன்
அதில் ஒருநாளைக்கு 48 மணி நேரம் கேட்பேன்
இன்னும் உழைத்திட பலம் கேட்பேன்
சிந்தனைகள் வளம் பட உரம் கேட்பேன்
ஓராயிரம் கதை சொல்ல மனம் கேட்பேன்
என்னை என்றும் தாங்கும் நண்பா
உனைக் கேட்பேன்

இனியவள்

இறைவன் படைத்த அற்புதமே!
இல்லம் தோறும் இன்ப மழை பொழிபவளே!
அனைத்தையும் அனைத்திற்காகவும்
அர்ப்பணித்தவளே!
உலகின் அதிகபட்ச வலியை ஆனந்தமாய்
அனுபவித்தவளே!
அன்பின் அகராதியே !
கண்முன் கடவுளே !
பெண்ணே நீ !
அடிமையா ?
சொல் நீ அடிமையா?
ஆள பிறந்தவளே ஆட்டி வைப்பவளே!
உலகமே உன் அடிமையடி
இது பெண்ணின தியாகிகளின் அர்ப்பணிப்பு தினம்!
வரலாறு ஆனது துதிப்பாடலும் ஆனது
மகளிர் தினம்
நாம் என்ன செய்கிறோம்
பாடினோம் ஆடினோம் கூடினோம்
குலாவி பேசினோம் வாசித்தோம்
என்ன செய்யவேண்டும் என்கிறாயா
இல்லை என்னால் என்ன முடியும் என்கிறாயா
உன்னால் முடியாவிட்டால் யாருக்கு முடியும்!
என் படிப்பை குடும்பம் என்ன நிலைமை ....
தூக்கி எறிந்து விடு உன் புலம்பலை
உன் கையில் உள்ளது அது பொக்கிஷம்
புதுயுகத்தின் பொக்கிஷம்
நீயே மகா சக்தி என்றால்
நீ பிறப்பித்தது மகா மகா சக்தி அல்லவா

கையில் கிடைத்த மண்ணை உயர் பொன்கலன்
ஆக்கு
பண்பாடு பாரம்பரியம் குடும்பம் விழாக்கள்
இயற்கை நீர்வளம் தன் தூய்மை பெற தூய்மை
ஒழுக்கம் நற்பழக்கம் சகோதரத்துவம்
மதநல்லிணக்கம் அனைத்தையும்
தாய்ப்பால் புகட்டு
ஆள பிறந்தவனே என்று சீராட்டு
படிப்பை சுமை ஆக்காதே
முதுமையை போற்ற கற்றுக்கொடு
முதுமை அனுபவம் மிக்கது
ஆன்மிகமும் தேசியமும் இரு கண்கள் பாடம் ஆக்கு
கலியுகம் எல்லாம் பயம் எதற்கும் பயம்
ஐயோ குழந்தை வளர்ப்பதே பெரும் என பிதற்றாதே
நீ மட்டும் இருநூறு வருடம் முன்பு பிறந்திருந்தால்
உன் மூச்சை நீ விட பிறர் கட்ட வேண்டியிருக்கும்
ஊடக வலையில் விழுந்து அஞ்சாதே
அன்றே கொடூரங்கள் இன்று இல்லை
போதை தெளிய ஊடகங்கள்
நம் உளவியலை ஆட்டி வைக்கின்றன
சிந்தித்துப்பார் நம் தாதாக்களுக்கு மனைவிகள் மூவர்
நம் அம்மாக்களின் திருமண வயது 20
வைக்கத்தில் மேலாடை இன்றி திரிந்தோம் பல
ஆண்டு
அன்றைய தாய் தன்னையும் குழந்தையும்
இத்தனைபோசாக்காய் கவனித்ததில்லை
எங்கோ கொடுமைகள் நடக்கின்றன உண்மை
ஊடகங்கள் மிகை ஆக்குகின்றன
நம் ஓட்டியோ பாட்டியோ ஏன் சில அம்மாக்கள் கூட
நாக்கினை அறிந்திருப்பார்களா ?
அநியாயத்திற்கு உயர்ந்து விட்டோம்
சாதனை பல புரிந்து விட்டோம்

பழமை மாறாமல் புதுமையை புகுத்துவோம்
பாராட்டியே நம் கிளைகளை ஏந்துவோம்
அளவுக்கு அதிகமாக விளையாட விடுவோம்
அளவோடு ஊடகங்கள் இரசிக்க விடுவோம்
வாசிப்பை நேசி கற்றுக்கொடுப்போம்
பாரத வேர் நீ என்று சொல்லி சொல்லி வளர்ப்போம்
பாலியல் கல்வியை பக்கமாய் புகட்டுவோம்
புதிய பாரதத்தை நம் வீட்டிற்குள் தொடங்கி
வைப்போம்
வெற்றிக்கு மலை ஆனவளே
தோல்விக்கு பள்ளம் ஆனவளே
நட்பிற்கு நேர்மையான வளே
வெறுப்பில் நெருப்பே
பொறுப்பில் சுடரே
என்றும் புரியாத புதிரே
உடலினை இயந்திரமாக
உழைப்பினை உரமாக்கி
உலகத்தை இயக்கும்
பெண்ணே நம்மால் முடியும்
நம்மால் மட்டுமே முடியும்
படுத்து கிடந்தாள் பாசீயாவோம்
படர்ந்து நிமிர்ந்தாள் விருட்சமாவோம்
இந்நாள் பொன்னாள் புது நாள்
புது எழுச்சி கிடைத்த நன்னாள்
மகளிர் நாள் சர்வதேச மகளிர் நாள்
வாழ்க வெல்க நிமிர்க.

உழைப்பாளர் தினம்

அன்புரம் கொண்ட நெஞ்சங்களுக்கு!
ஆ ற்றலை விதைவிருட்சமாக்கும் சொந்தங்களுக்கு!
இ னிக்கும் தேனுறிஞ்சி எதிர்காலம் புனையும்
தேனீக்களுக்கு!
ஈ கையே வாழ்க்கையாய் வாழும் இருபாலருக்கு:
உ ழைப்பாளர் தின வாழ்த்துக்களை சமர்பிக்கிறேன்.:
ஊ க்கத்தை திடமாக்கி ஊதியம் செய்யும்
உள்ளங்களே !
எ ன்றும் நேர்மையை பாதையாக்கிடுக
ஏ ற்றத்திலும் எளிமை பூணுக !
ஐ யத்தை அறவே துறந்திடுக !
ஒ ற்றுமையே வலிமை தெளிந்திடுக !
ஓ ர் உயிரையும் நிந்திக்காதிருக்க !
ஔ வியம் அண்டாது வாழ்க !
ஃ கேனம் உயர்வுற்று உய்க!

மாயமாகு நெகிழியே !

வேதியலின் மூலமாய் உதித்தவனே!
வேதனை கோடி தருபவனே!
பூமிக்கும் மூச்சு முட்டுகிறது உன்பெருக்கம் கண்டு!
நீ வாழ வழி செய்தோம் நீயோ
எங்கள் சாவுக்கு சதி செய்கிறார். !
மரங்களும் மாட்டிக்கொண்டன
உன்னுள் புகுந்த காற்றால்
உயிரினங்களும் மரபு அழிந்து போகின்றன
உன் விசமான பரவலால்!
காற்றைக்கூட சிறை வைக்கும்
போலியான கண்டு பிடிப்பே !
மண்ணுக்குள் மக்காது சிரிக்கிறார்.!
எரித்தாலும் புகைக்காது நகைக்கிறார். !
மண்ணையும் மலடாக்குகிறார். !
ஓசோனை ஓட்டையாக்குகிறார்!
இனி உன்னை தடை செய்வோம்!!
உன் அழிவிற்கு ஒரு விடை செய்வோம்! !
இவள்

மருத்துவர் தினம்.

மருத்துவர்கள்,

உயிர்களை காக்கும்.....
பாதுகாப்பு படைகள்!...

நோய்களை விரட்டி
அழிவை தடுக்கும்
தடுப்பு சுவர்கள்!...

அறுவை சிகிச்சையில்
அற்புதம் செய்யும்
மாயாஜால புத்திரர்கள்!.....

பிரசவத்தில்....
தாயையும் சேயையும்
காக்க துடிக்கும் தெய்வங்கள்!....

நம்பிக்கை இழந்த நோயாளியின்
உடைந்த உள்ளத்தை
இணைக்கும் அன்பு பாலங்கள்!...

உயிரைக் கொள்ளையிடும்
உயிர்க்கொல்லி நோயை
தூக்கிலிடும் காவலர்கள்!...

எமனுக்கு எதிரி என்று
எல்லோரிடமும் கூறி
பெருமை படும் இராஜாக்கள்!.....

இப்போது கூட எங்களை
கொரோனவிடம் இருந்து காக்கும்
காவல் பூட்டுகள்!..

உங்களின் சேவையில்
நிம்மதி பெற்றே
நித்தமும் இயங்குகிறது!.....

அய்யா நீரே பேரழகன்

கம்பீர நிறை முகத்தில்
கனிவான முறுவல் அழகு!
அம்பாக ஊடுருவி அளந்து அறியும்
உன் பார்வை அழகு!
தும்பைப்பூ கதராடை
உனக்கே தனி அழகு!
துவளாத பீடுநடை
பிரபஞ்சத்தில் தனி அழகு!
செம்பியன் தோற்றம் போல்
செம்மார்ந்த சீலம் அழகு!
நெற்றி திரு நீரில் தெரியும்
ஆறுமுகம் அழகு!
சீர் முத்து ராமலிங்கம் உன் பேரே
ஓர் அழகு!
பாரும் விசும்பும் பணிந்து அறியும்
கோடை அழகு !
யாரும் உனக்கு இணை இல்லை
உன் பிறப்பே அவணிக்கே அழகு !
நேற்று இன்று நாளை உன்னைப்போல்
ஒரு பிறவி இல்லை தெய்வீக பிறப்பு அழகு!
புனிதமே புனிதமாகும் உன் உத்தம நெறி அழகு!
நினைத்து நினைத்து பெருமித்து
தாயகமே தலைநிமிரும் தன்மான சிங்கத்தின்
அடக்கமும் விவேகமும்
ஈடில்லா பேரழகு !
வீரப் பேச்சால் தியாகிகளை தந்த திறம் அழகு!
விவேகப் பேச்சால் அறிவாளிகளை தந்த
மதிநுட்பம் அழகு !

அதிசய புருஷரே !
கர்மவீரரே !
செயல் சூரரே !
மகாயோகி யே!
தெய்வீகச் சித்தரே !
ஊராண்ட கோமானே!
முதுகுலப்பெருமானே!
நிலை பிறழாத தேசிய தீரரே!
அய்யாநீரே எங்களின் பேரழகன் !

கல் தேய்த்து தீ கண்ட காலம்தொட்டு கல்வெட்டு
ஓலைகளின் வடிவம் தொட்டு நல்ல சொல் தொட்டு
நிற்கின்ற தமிழ் தாயே உன் பாதம் தொட்டு
பணிகின்றேன் எங்களை வாழ்த்திடம்மா

கலாமின் சாதனை பயணம்

ஐயா உம்மை கவியெழுத சொல் எடுத்தேன்
சொற்களுக்கும் எழுச்சி! நான் நீ என்ற புரட்சி!
யுகத்திற்கு ஒரு புனிதர் வருவாராம்
வரலாற்றில் பெரிதாய் பதிவாராம்!
கலாம் யுகமே உனதாய் இருக்கையிலே!
முத்திரை மோதிரமாய் நீர் ஜொலிக்கையிலே!
கனவுகள் தோறும் நின்று நிறைக்கையிலே !
என்ன நான் எழுதுவேன் ஐயா!
மறைந்தாலும் மறையாத மானுட வித்து!
குட்டி வயதில் பேப்பர் போட்டு படித்த உழைப்பின்
முத்து!
வள்ளுவனை பாரதியை திரைகடலோடி சேர்த்த
தமிழினச் சொத்து!
அறிவியல் படித்து வரலாறான ஆராய்ச்சி சித்து !
நீர் விஞ்ஞான உலகின் வித்தியாச கவிப்புயல்!
தெற்கிற்கு வடக்கில் வாகை சூடிய பண்பாட்டு சீர்
வயல்!
அய்யா உச்ச பதவியிலும் இசையில்லாத தூய
நெஞ்சே!
காசு பள்ளி மமதையை மாற்ற வந்த அரசு பள்ளி
அக்கினிக்குஞ்சே!

நீர்பொக்ரைன் செய்கையில் அணுசக்தி ;
வீணை மீட்டு கையில் இசை யுத்தி!
உம்மை சன்னியாசி ஆக்கியது விஞ்ஞான காதல் !
மதம் கடந்து காட்டிவிட்டீர் உம் மெய்ஞான காதல் !
கண்ணில் காணக்கிடைத்த புத்தர் நீர்!
ஆசைகள் துறந்த சித்தர் நீர்!
பாமர ஜனங்களின் ஜனாதிபதியே!
உம்மைப்போல் நேர்மைக்கு உண்டோ நீதிபதியே !
அகிலத்தை மிரட்ட அக்னி செய்தார்!
ஆண்டவன் அருளால் நடந்தது என்றார்!
அடைந்ததோ யாரும் தொட்டிராத உயரத்தின்
இலக்கணம்
ஆனால் ஒருபோதும் உம்மில் கண்டதில்லை
தலைக்கணம்
ஏவுகணை பேனா கொண்டு கவிதை செய்தவரே
முத்தமிழுக்கு கூடாய் அறிவியல் தமிழ் ஆனவரே!
அய்யாவின் கட்டளை வாக்கியம் நமக்கு கிடைத்த
பாக்கியம்
ஓம் அக்கினி சிறகுகள் கொண்டு எங்கள் கனவுகள்
விரிக்கிறோம் என்றும் !! என்றும்! !
விண்ணை மண்ணில் புதைக்கவில்லை
விதைத்திருக்கின்றோம். அய்யா உன் புகழ் வாழ்க! !!

கவியரசு கண்ணதாசன்)

மண்ணுவக்கப் பாட்டெழுதி
வாழ்ந்த வேழம்!
மாலைநிலா மையல்கொள்ளும்
காதல் நாதம்!
முன்னுதிக்கும் உவமைக்கோர்
உருவ மானான்!
முத்தமிழாள் இவனுறவாய்ச்
சொந்த மானாள்!
கண்ணயர்ந்தே எழுந்தாலும்
கவிதை ஊறும்!
கனல்வேகச் சொற்களங்கே
கருத்தைத் தூவும்!
என்னவர்க்கோ இவர்பாட்டும்
இதயம் தேற்றும்!
எங்களது கண்ணதாசன்
எழில்வான் தோற்றம்!

பாடாத பொருளில்லை
அனைத்தும் தேனே!
பல்லவியும் சரணங்களும்
தொடும் அவ்வானை!
பாடாத நாவுண்டோ
இவரின் பாட்டை?
பதித்திட்ட வார்த்தைகலோ
தொடும்நம் கூட்டை!
தேடுகின்ற சொற்பஞ்சம்
இவரில் இல்லை!
தெள்ளுதமிழ் இலக்கியத்தில்
தெளிந்த பிள்ளை!
கூடற்பட் டியதன்பேர்
நிலைக்கச் செய்தார்!
கோடிட்டு வாழ்வதை
தள்ளி வைத்தார்!

இறைமறுப்புக் கொள்கையதோ
இடமும் மாற !
இவர்படித்தக் கண்ணனுக்கோ
தாச னானார்!
குறையிருப்புக் கொண்டாலும்
கொடுத்த பாட்டால் !
கொற்றவனாய் உள்ளங்களையும்
ஆட்சி செய்தார்!
அரைவயிறாய்த் திரிந்தநிலை
அனுப வம்தான் !
அரும்பாடல் வரிகளெனும்
அமுத மாச்சு !
திரைப்படத்தில் கோலோச்சி
வாழ்ந்தோர் வாழ்வின்
தேர்ச்சிக்குக் கண்ணதாசன்

கவியரசு கண்ணதாசன்

மண்ணுவக்கப் பாட்டெழுதி
வாழ்ந்த வேழம் !
மாலைநிலா மையல்கொள்ளும்
காதல் நாதம் !
முன்னுதிக்கும் உவமைக்கோர்
உருவ மானான் !
முத்தமிழாள் இவனுறவாய்ச்
சொந்த மானாள் !
கண்ணயர்ந்தே எழுந்தாலும்
கவிதை ஊறும் !
கனல்வேகச் சொற்களங்கே
கருத்தைத் தூவும் !
என்னவர்க்கோ இவர்பாட்டும்
இதயம் தேற்றும் !
எங்களது கண்ணதாசன்
எழில்வான் தோற்றம் !

பாடாத பொருளில்லை
அனைத்தும் தேனே!
பல்லவியும் சரணங்களும்
தொடும்அவ் வானை!
பாடாத நாவுண்டோ
இவரின் பாட்டை?
பதித்திட்ட வார்த்தைகலோ
தொடும்நம் கூட்டை!
தேடுகின்ற சொற்பஞ்சம்
இவரில் இல்லை!
தெள்ளுதமிழ் இலக்கியத்தில்
தெளிந்த பிள்ளை!
கூடற்பட் டியதன்பேர்
நிலைக்கச் செய்தார்!
கோடிட்டு வாழ்வதை
தள்ளி வைத்தார்!

இறைமறுப்புக் கொள்கையதோ
இடமும் மாற !
இவர்படித்தக் கண்ணனுக்கோ
தாச னானார்!
குறையிருப்புக் கொண்டாலும்
கொடுத்த பாட்டால் !
கொற்றவனாய் உள்ளங்களையும்
ஆட்சி செய்தார்!
அரைவயிறாய்த் திரிந்தநிலை
அனுப வம்தான் !
அரும்பாடல் வரிகளெனும்
அமுத மாச்சு !
திரைப்படத்தில் கோலோச்சி
வாழ்ந்தோர் வாழ்வின்
தேர்ச்சிக்குக் கண்ணதாசன்

என் அன்பாளன் சீர் பண்பாளன்

அதிகாலைச்சூரியன் நீ
அன்பில் சந்திரன் நீ
செயல்தோறும் நட்சத்திரம் நீ
புதியதில் தெளிவில்
புரிதலின் அழகில்
பூமியை மிஞ்சும்
பொறுமையாளன்
விதி பேசி வீணாகத வித்தகன்
வாய்ச்சொல் வித்தகன் அல்ல
செயல் பேசும் உத்தமன்
பவி வேகி எந்தன் செல்வமிவன் ....
புன்னகை உதிர்க்கும் புதியவன்........
காந்த கண்களால்
கதைபேசும்
ரகசிய புதையல் இவன் ....
உரம் கொண்ட மறவன் ..
நேர்மை செறுக்குற்ற என் திமிரவன் ....
சதிகள் மிரண்டு சரணமிடும்
சத்தியச்சுவட்டின் அங்கமிவன் ......
வாழிய என் பண்பாளனே
வாழியஎன் மித்திரனே ...
என் வாழ்வும் வளமும் நீதானே
ஊழி முதல்வனின்
உற்றதுணை உறவாய் பெற்றவனே
மங்காத பெருமை தங்காத கேடுகள்
பெறுக........ பெருக.............

தமிழ் எங்கள் உயிருக்கு நேர்

அமிழ்தாய் இனித்து
அண்டம் நிறைத்து
அவனியில் உதித்து
அகத்தியர் துதித்து
அனைத்திலும் தனித்து
அகிலம் மதித்து
திக்கெட்டும் ஒலிக்கும்
உயிரே தமிழே
வணங்குகிறேன் !
இந்நாள்
ஆதிக்க மொழிக்கு அறைகூவி
நீதிக்கும் நேர்மைக்கும் போராடி
மாண்டும் வாழும்
தியாகிகளின் நினைவுக்கு
வணக்கம் செலுத்தும் நாள் !
நெருப்புக்கு மேனி தந்து
குண்டுக்கு மார்பு தந்து
தமிழை
தன் அடையாளத்தை
தலை நிமிர்த்திய தியாகிகளை
வணங்குகின்றேன் .
தமிழ்
தமிழ்
தமிழ்

செத்த மொழிகளில் ஓதலில்
ஒழிந்த மொழிகளின் ஓலத்தில்
ஆதிக்க மொழிகளின் அடக்குதலில்
நாகரீகம் மொழிகளில் நசுக்குதலில்
நைந்துபோகுமோ என் தமிழ்
அனல் வாதத்தில் புடம்போட்டு
புனல் வாதத்தில் பட்டை த்தீட்டி
உயிர்க்கொடையில் உதித்ததல்லவா என்தமிழ்
அவனியில் 60 கோடி மக்கள் பேசும் ஆசை த்தமிழ்
தமிழ் மாணவனாய் உறங்கும் ஜி யூ போப் உணர்ந்த
கன்னித்தமிழ்
பரிதிமாற் கலைஞரும்
மறைமலை அடிகளும்
சுவாசித்த முத்தமிழ்
பாரதியும் தாசனும் வாசித்த சுவைத் தமிழ்
மொழிப்போரில்
முன் நின்று போராடிய
நேசமணி நேசித்த நெடுந் தமிழ்
தனித்தமிழன் தாளமுத்து
நன் மனிதர் நடராசன்
முயற்சியிலே சிலிர்த்த தமிழ்
ஏழாயிரம் மொழிகளில் எதிலும்
குறையாத செந்தமிழ்
ஏழு தலைமுறைக்கும்
எதிலும்குறையாத செந்தமிழ்

திரைகடல் ஓடினும்
திரவியம் தேடினும்
நம் சந்ததிகள் செந்நாவில்
எப்போதும் ஒலிக்கட்டும் நம் தமிழ்
பெயரோடு உயர் அடையாளமாய்
தமிழ் அழகனும் தமிழரசியும்
தமிழ்க்குமரனும் தமிழ்ச்செல்வியும்
பிறந்து கொண்டேஇருக்கும் வரை
என்றும் சாகாது என் தமிழ்

தமிழே பேசுவோம்
தமிழைக்கொண்டாடுவோம்
தமிழ்க்காவலர்களுக்கு தலை வணங்குவோம்
தமிழ் எங்கள்உயிருக்கு நேர் என்போம்

அம்மா

அம்மா
தலைப்பில்
ஆழ்ந்து கிடக்கையில்
அற்புத தமிழ்ச்சொற்கள்
நான் நீ என அடித்துக்கொண்டன!
அச்சோ நிறுத்துங்கள்
அதட்டல் கொடுத்துவிட்டு
அடி மனதை தோண்டினேன்
அழகான என் தேவதை
மன மேட்டில் பவனி வந்தாள் !
உயிர் அணுவாய்
எனை கொடை தந்தவள்!
என் தாயுமானவர்
கண்டெடுத்த பேரழகி இவள் !
எப்போதும் விநோதமானவள்
இவள்
கண்ணுக்குத் தெரியாத கடவுள் இல்லை!
தேவைக்கு தேடும் தெய்வமும் இல்லை !
அற்புதம் செய்து காட்டும் எல்லை
காளியும் இல்லை!
என்னோடு வாழும் என் தேவதை!
வரமான என் குலசாமி!
குட விளக்கான நல் காரிகை !
இவள்
குடும்பத்திற்காக ஏற்றிய குத்து விளக்கு அல்ல!
குலத்திற்காய் ஏற்றப்பட்ட கலங்கரை விளக்கு !
அம்மா என்றால்
அஃறிணைக்கும் அன்பு பிறக்கும்

இவளைக் கண்டால்
பிண்டங்களுக்கும் ஆயுள் திறக்கும் !
அள்ளி அள்ளி அணைத்திட மாட்டாள்!
அப்பாவைப் போல் நெகிழ்ந்திடமாட்டாள் !
முக ரேகையில் கண்டு விடுவாள்
என் முழு ஜாதகத்தை!
பிஞ்சு கரத்தால் எங்களை பதம் பார்த்ததில்லை!
கருவிழி மிரட்டலில் சேட்டைகள் அடக்கினாள்!
இவள்
அடி வைத்து நடக்கும் அழகில் ஆயிரம் கவிதைகள்
பாதம் தொட்டு கிடைக்கும்!
அன்ன நடை நடக்கும் அக்கினிக்குஞ்சு இவள்!
அதிகம் பேசியதில்லை
இவள் பேசும் வார்த்தை
ஒன்று கூட வீண்இல்லை !
தன் வீட்டு எறும்பின் சம்பா சனையும்
முயலின் பிடிவாதமும்
நாயின் கோபமும்
நன்கு தெரிந்திருப்பாள்!
நயமாய் நலம் செய்வாள்!
கோவில் செல்ல விரும்ப மாட்டாள்
வீடே கோவிலாய் வாழ்ந்திருப்பாள்
இவள்
எனக்கு
வாடிய பயிரின் வள்ளலார்
சிவனின் அம்மை புனிதவதி
மார்கம் தந்த சங்கரர்
ஏழைப் பசி தீர்க்கும் பாபா
இவளுக்கு
எதிர்வீட்டு பசுவின்
ஏப்பம் தெரியும்

கீழவீட்டுக் கன்றின் தாகம் தெரியும்
மேலவீட்டு மாமாவின் பசி தெரியும்
கீழே வைத்த கிழவியின் தலைவலி தெரியும்!
தன்னகத்திலேயே தலைமுறைகள் நான்கு
நடமாட துணை கேட்க !
போதாதாய்
சந்து வீட்டு
சண்முகப்பாட்டிக்கு
சுக்குத்தண்ணீர் கொதிக்க வைப்பாள்!
எப்போதும் வினோதமானவள் இவள்!
யாரையும் முறைத்ததில்லை
யாரையும் நிந்தித்ததில்லை
யாரையும் பழித்ததில்லை
பொக்கிஷமே கொடுத்தாலும்
ஒரு பொய்ச்சொன்னதில்லை!
வெட்டிக்கதைக்காய்
இவள் காது எப்போதும் ஏங்கியது இல்லை
நேர்மையான இல்லறத்துறவி இவள்!
உண்மையான ஆன்மீக சுகவாசி இவள்!
பெண்ணியம் அறியா பெண்ணிய ப்போராளி!
வாழும் கிணற்றை வகுப்பறை ஆக்கிய
பல்துறை வித்தகி!!!!
இன்னும் இன்னும் இன்னும்.
இவள்அத்தியாயம் பல ஆக்க கிடைத்த காவியம்
கண்ணேறு படுமோ கவிதையே
ஆசுவாசித்துக்கொண்டது என் தேவதை
என் அம்மா!!

புன்னகை

வாழ்க்கை என்னும் மர்மப்பெட்டியின்.
மந்திரச்சாவி புன்னகை.
மனம் என்னும் மாயவி இட்டுக்கொண்ட
முகமூடி புன்னகை
ஆயக்கலைகளில் அடங்காத
புதுவித்தை புன்னகை
ஆறாத மனதிற்கு
ஆண்டவன் புன்னகை
வறுமையிலும் தீராத
ஜீவ நாடி புன்னகை
ஊடலின் கடைசிநிலை
கூடலின் முதல் நிலை
எப்போதும் புன்னகை
அஃறிணைகள் ஏற்காத
ஒரு வேசம் புன்னகை
அஃறிணையும் அடங்கிப்போகும்
பாசவலைப்புன்னகை
வையம் செழித்திட
விதைத்திடுவோம் புன்னகை
உயிர்கள் புதுபிக்க தேவை
எப்போதும் புன்னகை

பசி நெருப்பு

எரியும் நெருப்பில்
ஆல்கஹால் ஊற்றினான்
ஆள்பவன்!
என்ன செய்வது
தெரியாமல்
மழை ஊற்றுகிறான்
ஆண்டவன் !

வேடிக்கை ஊடகம்

குடிகாரன் மதுப் பிரியன்
ஆகிப் போனான்
காவல்காரன் மெய்க்காப்பாளன்
ஆகிப் போனான்
நோயின் வெறியாட்டம்
பழைய சோறு ஆனது
குடிமகனின் குடியாட்டம்
டிரெண்டிங்காகிப் போனது
அரசியல் பதுக்கல்கள்
தவறாமல் ஒலிக்கிறது
எரியும் நெருப்பில்
சிறுகுடல் வெந்தவனுக்கு
தீப்பந்தமே மூட்டுகிறாயே
நீ ஊடகமா
ஊழியின் தூதனா
வினாவோடு அனலாகின
என் கவிதை சுமந்த நெஞ்சம்

செவிலித்தாய்

அன்னை ஸ்பரிசத்தின் முன்னே
அள்ளி அணைத்தவள் இவள்
ஆயிரம் பிரசவத்தை
அனுபவத்தில் ஈன்றவள் இவள்
பல நூறு வலிகளை
நெஞ்சில் சுமப்பவள் இவள்
வலியே வாழ்க்கை எனினும்
புன்னகை பூப்பவள் இவள்
ஊசலாடும் உயிர்களின் ஆலயமணி இவள்
பகலிரவு பாதிக்காத
விடிவெள்ளி ஆனவள் இவள்
அசுத்தத்திலும் தோன்றும்
அற்புத தேவதை இவள்
நல்லவன் கெட்டவன். கர்மம் பார்க்காத
புதுவித கடவுள் இவள்
வாழ்க்கையே கொடையாய்
வாழ்ந்திடும் சமூகப் போராளி இவள்
அருவருப்பை கூட
அற்புதமாக்கும் புனிதத்தின்
புனிதம் இவள்

ஊதியம் நிர்ணயிக்க முடியாத
நிரந்தர உழைப்பாளி இவள்
அன்பேமருந்தாக
அரவணைப்பை நலமாக
ஊட்டிடும் தாய் இவள்
பரந்த உயிர் தேசத்தை
வெண்ணிற உடையில் போர்த்தும்
ராணுவ வளையம் இவள்
அவளே உலகின் மாற்றுத் தாய்
நம் செவிலித்தாய்!